ड्राफ्ट्समन सिव्हिल प्रथम वर्ष मराठी MCQ

मनोज डोळे

Made with ♥ on the Notion Press Platform
www.notionpress.com

डिजिटायझेशन ही काळाची गरज आहे. भविष्यात, प्रशिक्षण अधिक सोयीस्कर आणि सोपे करण्यासाठी औद्योगिक प्रशिक्षण संस्थांमध्ये ऑनलाइन इंटरनेट वापरून प्रशिक्षण घेणे आवश्यक आहे. MCQ प्रश्नांचा संच असलेली ई-पुस्तके प्रशिक्षणार्थींना उपलब्ध करून दिली जातील कारण त्यांना त्यांच्या औद्योगिक प्रशिक्षण संस्थांमध्ये होणाऱ्या ऑनलाइन परीक्षांच्या तयारीसाठी MCQ प्रश्नांची अधिक सवय होणे आवश्यक आहे.

या सर्व बाबी लक्षात घेऊन श्री.मनोज मधुकर डोळे प्रशिक्षक, औद्योगिक प्रशिक्षण संस्था, सातारा यांनी नवीन वार्षिक प्रणाली आणि NSQF-5 अभ्यासक्रमानुसार पुस्तके लिहिली आहेत. आणि त्यांनी प्रशिक्षण सुलभ करण्यासाठी सैद्धांतिक मोबाइल ॲप्स आणि ब्लॉग तयार केले आहेत आणि हे सर्व शैक्षणिक साहित्य जगप्रसिद्ध Google Play Store, Amazon आणि Apple Book Store वर डाउनलोड करण्यासाठी उपलब्ध केले आहे.

पुस्तकांचे प्रकाशन माननीय सहसंचालक श्री राजेंद्र घुमे साहेब प्रादेशिक व्यावसायिक शिक्षण व प्रशिक्षण कार्यालय, पुणे यांच्या हस्ते दिनांक 9/1/2019 रोजी करण्यात आले, यावेळी श्री प्रकाश सायगावकर साहेब प्राचार्य शासकीय औद्योगिक प्रशिक्षण संस्था औंध पुणे, श्री तुकाराम मिसाळ साहेब प्राचार्य डॉ. सरकार प्र.संस्था सातारा, श्री सचिन धुमाळ साहेब जिल्हा व्यवसाय शिक्षण व प्रशिक्षण अधिकारी सातारा, श्री यतीन पारगावकर साहेब मुख्याध्यापक गो. प्र.संस्था कोल्हापूर, श्री विकास टेके साहेब निरीक्षक व्यावसायिक शिक्षण व प्रशिक्षण क्षेत्रीय कार्यालय पुणे, पालेकर फूड्स प्रॉडक्ट्स प्रा. लि.चे सातारा येथील उद्योजक अध्यक्ष श्री.नीळकंठराव पालेकर साहेब, हिरा फूड्स चे चेअरमन श्री.इब्राहिम बाबा तांबोळी साहेब, सौ.शाल्मली पवार मुख्याध्यापिका शासकीय तंत्रनिकेतन केंद्र सातारा व इतर मान्यवर यावेळी उपस्थित होते.

अनुक्रमणिका

प्रस्तावना vii

ऋणनिर्देश, पावती ix

नांदी, प्रस्तावना xi

1. ड्राफ्ट्समन सिव्हिल प्रथम वर्ष Qr Code Images 1
2. अध्याय 2 8

प्रस्तावना

ड्राफ्ट्समन सिव्हिल फर्स्ट इयर MCQ हे ITI इंजिनिअरिंग कोर्स ड्राफ्ट्समन सिव्हिल ,मध्ये सुधारित NSQF अभ्यासक्रम , ड्राफ्ट्समन सिव्हिलसाठी बुक आहे . यात अधोरेखित आणि ठळक अचूक उत्तरांसह वस्तुनिष्ठ प्रश्नांचा समावेश आहे MCQ ज्यात सर्व विषयांचा समावेश आहे ज्यात मूलभूत रेखांकन (भौमितिक आकृती, चिन्हे आणि प्रतिनिधित्व यांचा समावेश आहे) बद्दल नवीनतम आणि महत्वाचे आहे. नंतर विविध स्केल, प्रक्षेपण, किनार्याचे रेखाचित्र, मचान, दगड आणि विटांचे दगडी बांधकाम, पाया, ओलसर प्रूफिंग, कमानी/लिंटेल इत्यादीचे रेखाचित्र कौशल्ये दिली जातात आणि सर्व सुरक्षा बाबींचे निरीक्षण करणे अनिवार्य आहे. सुरक्षेच्या बाबींमध्ये OSH&E, PPE, अग्निशामक यंत्र, प्रथमोपचार आणि त्याव्यतिरिक्त 5S शिकवले जाणारे घटक समाविष्ट आहेत. साइटचे वेगवेगळे सर्वेक्षण (चेन आणि टेप, प्रिझमॅटिक कंपास, प्लेन टेबल, लेव्हलिंग इन्स्ट्रुमेंट, थिओडोलाइट वापरणे), फील्ड बुक एंट्री, प्लॉटिंग, मॅपिंग, क्षेत्रफळ मोजणे, सुतारकाम जोडणे आणि इलेक्ट्रिकल वायरिंग, मजल्यांचे रेखाचित्र, स्लॅब, उभ्या हालचाली (उदा. पायऱ्या, लिफ्ट वेल, रॅम्प आणि एस्केलेटर), छतावरील ट्रसचे विविध प्रकार प्रॅक्टिकलमध्ये शिकवले जात आहेत. आणि बरेच काही.

आम्ही प्रत्येक नवीन आवृत्तीसह नवीन प्रश्नांची उत्तरे जोडतो. कृपया काही त्रुटी/ वगळल्यास आम्हाला ईमेल करा. सर्व अभियांत्रिकी बहुपर्यायी प्रश्न आणि उत्तरांसाठी हे निर्विवादपणे सर्वात मोठे आणि सर्वोत्तम ई-पुस्तक आहे.

विद्यार्थी म्हणून तुम्ही ते तुमच्या परीक्षेच्या तयारीसाठी वापरू शकता. हे ई-पुस्तक प्राध्यापकांना साहित्य रीफ्रेश करण्यासाठी देखील उपयुक्त आहे.

ऋणनिर्देश, पावती

21 व्या शतकातील औद्योगिक क्षेत्रातील वेगाने वाढणाऱ्या मागणीच्या अनुषंगाने बहु-कुशल कारागीरांचा पुरवठा करण्यासाठी व्यवसाय शिक्षण आणि व्यवसाय प्रॅक्टिकल विभागामार्फत व्यावसायिक शिक्षण आणि प्रशिक्षण विभागामार्फत व्यावसायिक शिक्षण आणि प्रशिक्षण दिले जाते. संस्थांमधील सर्व व्यवसाय महत्त्वाचे आहेत, कारण या व्यवसायांतील प्रशिक्षणार्थी उद्योगाच्या मागणीनुसार बहु-कौशल्ये विकसित करतात.

औद्योगिक क्षेत्रातील सर्व उद्योगांमधील सर्व परीक्षा ऑनलाइन घेतल्या जातात आणि त्यामध्ये MCQ पद्धतीच्या प्रश्नांचा समावेश होतो हे लक्षात घेऊन सर्व व्यवसायांसाठी योग्य MCQ ई-पुस्तके उपलब्ध करून देण्याच्या उदात्त हेतूने. श्री.मनोज मधुकर डोळे यांनी नवीन वार्षिक अभ्यासक्रमानुसार MCQ पद्धतीवर खूप चांगले ई-बुक लिहिले आहे. हे ई-बुक सर्व प्रशिक्षणार्थी, प्रशिक्षणार्थी उमेदवार, प्रशिक्षण प्रशिक्षक आणि संबंधित इतरांसाठी निश्चितच मार्गदर्शक ठरेल.

पुस्तकाचे लेखक श्री.मनोज मधुकर डोळे आहेत, इन्स्ट्रक्टर गव्हर्नमेंट ITI सातारा यांना 17 वर्षांचा प्रशिक्षणाचा अनुभव आहे. नवीन वार्षिक पॅटर्न म्हणून लिहिलेल्या, या ई-बुकमध्ये प्रत्येक विषयासाठी मांडणी, सोपी भाषा आणि सोपी वाक्यरचना, आकृती आणि व्हिडिओ समजून घेण्यासाठी आधुनिक डिजिटल QR कोड तंत्रज्ञान समाविष्ट केले आहे. त्यामुळे सखोल अभ्यास आणि परीक्षेच्या सरावासाठी हे ई-बुक नक्कीच उपयोगी पडेल याची मला खात्री आहे. त्यांनी केलेले काम नक्कीच कौतुकास्पद आहे.

श्री तुकाराम मिसाळ
प्राचार्य शासकीय औद्योगिक प्रशिक्षण संस्था सातारा.

नांदी, प्रस्तावना

DGET नवी दिल्ली आणि CSTARI कोलकाता ऑगस्ट 2018 च्या सत्रापासून ITI मधील सर्व व्यवसायांसाठी वार्षिक पॅटर्न लागू करत आहेत. परीक्षा पद्धतीतही बदल करण्यात येणार असून या वर्षीपासून ती ऑनलाइन होणार असून सर्व प्रश्न वस्तुनिष्ठ स्वरूपाचे (MCQ) असल्याने प्रशिक्षणार्थींना सखोल अभ्यासाची नितांत गरज आहे. हे लक्षात घेऊन जुन्या NIMI पॅटर्नवर आधारित पुस्तके आणि नवीन वार्षिक पॅटर्नचे संपूर्ण विहंगावलोकन सादर करताना आम्हाला आनंद होत आहे आणि आम्हाला आशा आहे की ही पुस्तके सर्व व्यवसाय संचालक आणि प्रशिक्षणार्थींसाठी मार्गदर्शक ठरतील. आहे.

ही पुस्तके लिहिल्याबद्दल जोहर आवटे साहेब, ITI अकलूजचे प्राचार्य. ITI सातारा चे माजी प्राचार्य सायगावकर साहेब, सहाय्यक संचालक श्री चंद्रकांत ढेकणे साहेब व्यवसाय शिक्षण व प्रशिक्षण प्रादेशिक कार्यालय, पुणे, जिल्हा व्यवसाय शिक्षण व प्रशिक्षण अधिकारी सचिन धुमाळ साहेब व मुख्याध्यापिका शासकीय तंत्रनिकेतन केंद्र शाल्मली पवार मॅडम व मुलगा अधिराज डोळे, आई कुसुम डोळे. , माझे वडील मधुकर डोळे आणि पत्नी अश्विनी डोळे यांनी वेळोवेळी केलेल्या विशेष मार्गदर्शन व सहकार्याबद्दल मी त्यांचा मनःपूर्वक आभारी आहे.

तसेच अतिशय कमी कालावधीत पुस्तक प्रकाशित करण्यात अमूल्य वेळ दिल्याबद्दल श्री राजेंद्र घुमे साहेब, सहसंचालक, व्यवसाय शिक्षण व प्रशिक्षण प्रादेशिक कार्यालय, पुणे यांनी पुस्तकाचे पुनरावलोकन केले. त्यांच्या अभिप्रायाबद्दल मी मनापासून आभारी आहे.

पुस्तक लिहिण्याच्या सुरुवातीपासूनच सतत पाठबळ दिल्याबद्दल ITI सातारा च्या प्रशिक्षकांचा मी आभारी आहे.

या पुस्तकातून, ई-लर्निंगबद्दलचे माझे विचार तुमच्याशी शेअर करण्यात मी स्वतःला धन्य समजतो. हे पुस्तक परिपूर्ण आहे असा दावा मी करणार नाही, कारण परिपूर्णतेचा विचार करता हे पुस्तक एक प्रयत्न आहे आणि बाल्यावस्थेत आहे. त्यांची चाचणी आणि सूचना दिल्यास ते सुधारण्यासाठी मोलाचे ठरतील.

मनोज डोळे

दिनांक 9/1/2019

1

ड्राफ्ट्समन सिव्हिल प्रथम वर्ष QR Code Images

Download App
Online Test Exam
ITI Books
AutoCAD CAM
JOB & Apprentice
Online Theory
Computer Course
Trading Course
CNC Course
MSCIT Course
Shopping Business
Internet Business
Web Designing
Online Services
Top Sportsmans
Indian Army
Freedom Fighters
Top Scientists
Social Reformers
Motivational Speaker
Top Richest People
Join WhatsApp Group
Join Facebook Group
Like Facebook Page
PAN / Adhar / Licence Passport

Fire extinguisher

French curve in drawing

Set square in drawing

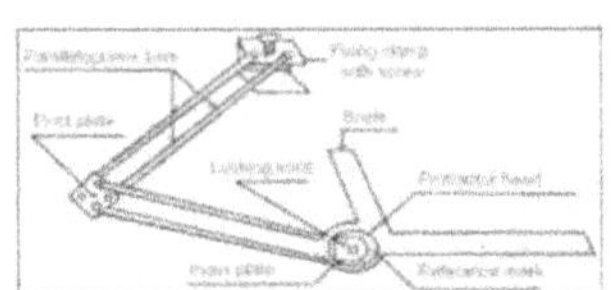 

Mini drafter in drawing

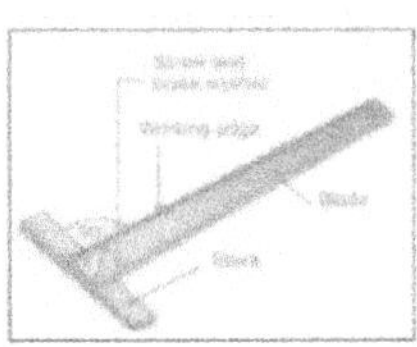 

T - square in drawing

Orthographic projection in drawing

Third angle projection drawing

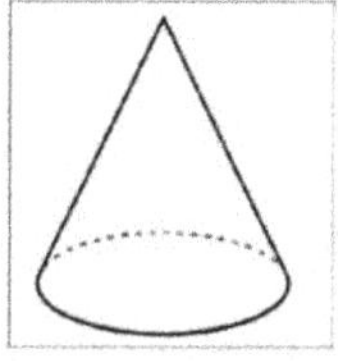

Cone in engineering drawing

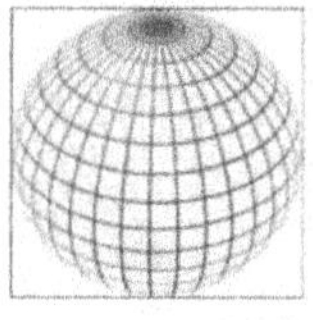

Sphere in drawing

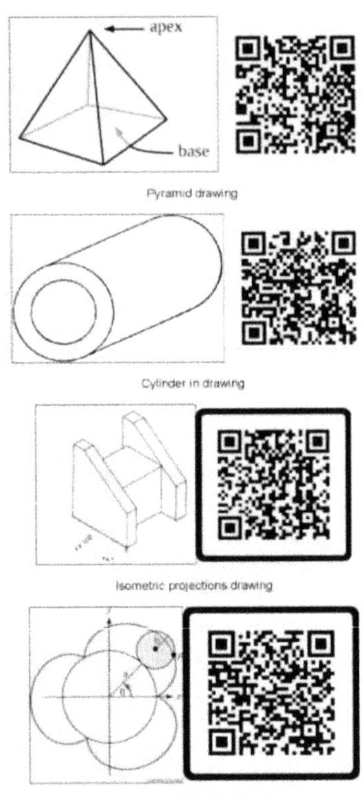

Pyramid drawing

Cylinder in drawing

Isometric projections drawing

Curves engineering drawing

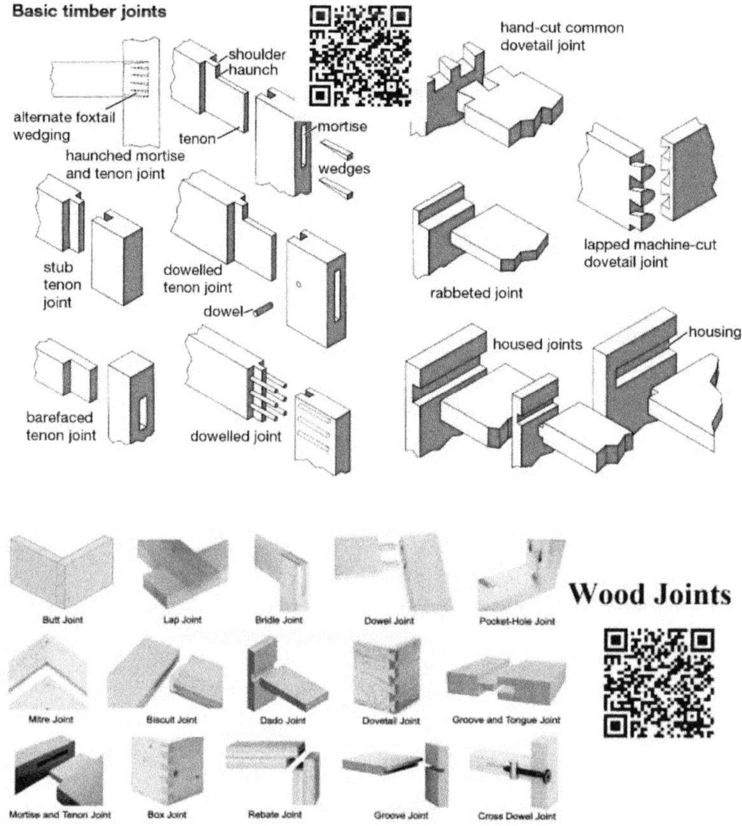

Basic timber joints
shoulder
haunch
alternate foxtail wedging
tenon
haunched mortise and tenon joint
mortise
wedges
hand-cut common dovetail joint
stub tenon joint
dowelled tenon joint
dowel
rabbeted joint
lapped machine-cut dovetail joint
housed joints
housing
barefaced tenon joint
dowelled joint
Wood Joints
Butt Joint
Lap Joint
Bridle Joint
Dowel Joint
Pocket-Hole Joint
Mitre Joint
Biscuit Joint
Dado Joint
Dovetail Joint
Groove and Tongue Joint
Mortise and Tenon Joint
Box Joint
Rebate Joint
Groove Joint
Cross Dowel Joint

2

०१] रक्तस्त्राव झाल्यास उपचार घ्या

डी] थंड 3" आणि विश्रांती

<u>अ] थंडपाण्याचीफवारणीकरा</u>

ब] लगेच मलमपट्टी -----.

ब] अपघात विचार उपचार बद्दल चौकशी

०२] अपघात झाल्यास पीडित व्यक्तीने आय.एम

अ] विश्रांती घेण्यास सांगितले

<u>क] तात्काळहजरझाले</u>

डी] त्याला सोडा

०३] जखमी किंवा आजारी व्यक्तीला प्राथमिक उपचार दिले जातात....

अ] जीव वाचवा

ब] मफचा पुढील बिघाड टाळा

C] शक्य तितक्या चांगल्या सोई द्या

<u>ड] हेसर्व</u>

04] कचरा पेपर वेगळे करण्यासाठी डब्यांचा कलर कोड ----- आहे.

<u>अ] निळारंग</u>

ब] पिवळा रंग

क] लाल रंग

ड] हिरवा रंग

०५] जपानी भाषेत सेको म्हणजे -------------

<u>अ] चमकणे</u>

ब] क्रमवारी लावा

क] प्रमाणीकरण

ड] टिकवणे

06] SS प्रणालीचा फायदा ------ आहे.

अ] उत्पादकतेत वाढ

ब] गुणवत्तेत वाढ

क] वेळेचा अपव्यय कमी करणे

<u>ड] हेसर्व</u>

०७] सुरक्षा म्हणजे -----------

अ] कोणाचाही व्यवसाय नाही

<u>ब] प्रत्येकशरीराचाव्यवसाय</u>

क] काही शरीर व्यवसाय

ड] संस्थेचा व्यवसाय

08] मूलभूत श्रेणींसाठी सुरक्षा चिन्हे उपलब्ध आहेत "निषेध" चिन्हाचा अर्थ ----

<u>अ] दाखवतेकीतेकेलेजाऊनये</u>

ब] काय केले पाहिजे ते दाखवते

क] धोक्याची किंवा धोक्याची चेतावणी देते

ड] सुरक्षा तरतुदीची माहिती देते

09] कार्यशाळेची सुरक्षा कोणती आहे?

<u>अ] दुकानातीलमजलास्वच्छआणिग्रीस, तेलकिंवाइतरनिसरड्यापदार्थांपासूनमुक्तठेवा</u>

ब] वेग बदलण्यापूर्वी मशीन थांबवा

C] क्रॅक किंवा चीप केलेली साधने वापरू नका

ड] धावणारे मशीन हाताने थांबवण्याचा प्रयत्न करू नका

10] पर्सनल प्रोटेक्ट इक्विपमेंट (PPE] मध्ये हेल्मेट वापरले जाते

<u>अ] डोकेसंरक्षितकरा</u>

ब] डोळ्यांचे रक्षण करा

क] हातांचे संरक्षण करा

ड] कानांचे रक्षण करा

11] खालीलपैकी कोणते सामान्य सुरक्षिततेशी संबंधित आहे?

A चांगल्या वृत्तीचा कार्यकर्ता ठेवा

ब] काम स्वच्छ आणि स्पष्ट

क] आपल्या कामावर लक्ष केंद्रित करा

<u>ड] मजलाआणिगँगवेस्वच्छआणिस्वच्छठेवा</u>

13] मशीनच्या सुरक्षिततेसाठी खालीलपैकी काय केले जाते?

<u>अ] मशीनसुरूकरण्यापूर्वीतेलाचीपातळीतपासा</u>

ब] पद्धतशीर पद्धतीने कामे करा

क] मजला आणि गँगवे स्वच्छ आणि स्वच्छ ठेवा

ड] डाय आणि स्कार्फ वापरू नका

14] In पर्सनल प्रोटेक्ट इक्विपमेंट (PPE], 'स्लीव्हज'चा वापर संरक्षणासाठी केला जातो ----------

चेहरा

ब] डोळे

क] कान

<u>ड] हात</u>

15] ABC म्हणजे --------------

अ] स्वयंचलित श्वास नियंत्रण

ब] स्वयंचलित रक्त नियंत्रण

<u>क] वायुमार्गश्वासअभिसरण</u>

ड] स्वयंचलित रक्त परिसंचरण

16] "क्लास बी" ची आग आटोक्यात आणण्यासाठी अग्निशामक यंत्राचे प्रकार .... वापरले जातात.

<u>अ] कोरडीशक्ती</u>

ब] कार्बन डायऑक्साइड

क] पाण्याचा जेट

ड] फोम प्रकार

17] सामान्य आग विझवण्यासाठी कोणत्या प्रकारचे अग्निशामक यंत्र वापरले जाते?

<u>अ] पाण्याचेप्रकारविझविण्याचेयंत्र</u>

ब] फोम प्रकार एक्टिंग्विशर

क] कोरडी रासायनिक पावडर एक्टिंग्विशर

D] कार्बन डायऑक्साइड (C02] एक्टिंग्विशर

fire extingusher Fire Extingusher

अग्नीरोधक

18] 'T' चौकोन रेषा काढण्यासाठी वापरला जातो ......

a] कललेला

b] वक्र

c] अनुलंब

ड] <u>क्षैतिज</u>

१९] मोठ्या आकाराचे वर्तुळ काढण्यासाठी...

a] सरळ पट्टी

b] <u>लांबकरणारीपट्टी</u>

c] मोठा बार

ड] लहान बार

20] कोन काढण्यासाठी किंवा मोजण्यासाठी ... वापरतात.

a] चौरस सेट करा

b] <u>संरक्षक</u>

c] 'T' चौकोन

d] यापैकी काहीही नाही

21] पेन्सिलचा दर्जा अक्षरे रेखाटण्यासाठी वापरला जातो........

a] <u>शंकूच्याआकाराचाबिंदू</u>

b] छिन्नी बिंदू

c] मऊ

ड] कमी

22] एकसमान जाडीच्या पातळ रेषा काढण्यासाठी पेन्सिलला ...... या स्वरूपात तीक्ष्ण केली पाहिजे.

अ] छिन्नी धार

b]शंकूच्या आकाराचे

c] <u>सूचित</u>

d] यापैकी काहीही नाही

23] कंपासने काढता येत नसलेले वक्र काढण्यासाठी काय वापरले जाते

अ] लहान कंपास

b] <u>फ्रेंचवक्र</u>

c] संरक्षक

d] यापैकी काहीही नाही

french curve2

dr French curve

रेखाचित्र मध्ये फ्रेंच वक्र

24]अनावश्यक रेषा ..... द्वारे काढल्या जातात.

a] डस्टर

b] सँड पेपर ब्लॉक

c] <u>खोडरबर</u>

d] यापैकी काहीही नाही

25] वर्तुळ आणि चाप .....l द्वारे काढले जातात.

a] <u>कंपास</u>

b] दुभाजक

c] लांबीची पट्टी

d] यापैकी काहीही नाही

26] इंकिंग पेनचा वापर चित्र काढण्यासाठी केला जातो.

a] क्षैतिज रेषा

b] गोलाकार नसलेले चाप

c] उभ्या रेषा

d] <u>हेसर्व</u>

27] कार्ड बोर्ड स्केल ..... च्या संचामध्ये उपलब्ध आहेत.

अ] ७

ब] ८

c] 6

ड] ९

28] शाळा आणि महाविद्यालयांमध्ये वापरण्यासाठी सोयीस्कर लांबीचा आकार 30 -60°-90° सेट चौरस आहे......

अ] 250

b] 200

c] 300

d] यापैकी काहीही नाही

set square

dr Set square

रेखाचित्र मध्ये चौरस सेट करा

29] ड्रॉइंग बोर्ड .... चा आकार आहे.

अ] चौरस

b] आयताकृती

c] त्रिकोणी

d] यापैकी काहीही नाही

30] 'T' स्क्वेअर, सेट स्क्वेअर, स्केल प्रोट्रॅक्टरचा वापर ...... मध्ये केला जातो.

a] संरक्षक

b] मिनीड्राफ्टर

c] चौरस सेट करा

d] यापैकी काहीही नाही

mini drafter drawing2

dr Mini drafter

रेखाचित्र मध्ये मिनी ड्राफ्टर

31]या उद्देशाने चौरस सेट करा, टी चौरस कडा बेव्हल केल्या आहेत....

a] वक्र रेषा

b] शाईच्याओळी

b] मोजमाप घेणे

d] यापैकी काहीही नाही

t square6 dr T square

टी - रेखाचित्र मध्ये चौरस

32]भौमितिक बांधकाम जे बहुतेक समतल भूमितीवर आधारित असतात आणि जे खूप आहेत.

a] अचूकता

b] गुणवत्ता

c] आवश्यक

ड] उत्कृष्ट दर्जा

33] नियमित बहुभुज काढण्याची किती पद्धत.......

a] सर्कल पद्धत आणि चाप पद्धत शिलालेख

b] कोणताही बहुभुज काढण्यासाठी सामान्य पद्धत

c] पर्यायी पद्धत

ड] हेसर्व

34] AB रेषा .... समान भागांमध्ये विभागली जाऊ शकते.

अ] ७

b] १०

c] १५

ड] ते सर्व

35] वर्तुळात त्रिकोण बांधण्याची कोणती पद्धत......

अ] शिलालेख

b] वर्णन करणे

c] a आणि b दोन्ही

d] यापैकी काहीही नाही

36] जेव्हा षटकोनाच्या दोन बाजू आडव्या असणे आवश्यक असते तेव्हा समान भागाकार पायरी करण्यासाठी सुरवातीचा बिंदू .... च्या शेवटी असावा.

a] क्षैतिजव्यास

b] उभा व्यास

c] कलते व्यास

d] यापैकी काहीही नाही

37] षटकोनाच्या दोन बाजू उभ्या असणे आवश्यक असल्यास प्रारंभ बिंदू ... च्या शेवटी असावा.

a] कलते व्यास

b] क्षैतिज व्यास

c] <u>उभाव्यास</u>

d] यापैकी काहीही नाही

38] उजव्या वर्तुळाकार शंकूच्या आंतरभागाद्वारे शंकूच्या अक्षाच्या सापेक्ष वेगवेगळ्या स्थितीत असलेल्या समतल भागाला ...... म्हणतात.

अ] <u>शंकू</u>

b] मंडळे

c] त्रिकोण

ड] अर्ध वर्तुळ

58] वस्तूपासून विमानापर्यंतच्या रेषांना ...... म्हणतात.

a] प्रक्षेपण

b] <u>प्रोजेक्टर</u>

c] संदर्भ विमान

d] यापैकी काहीही नाही

59] ऑर्थोग्राफिक प्रोजेक्शन एखाद्या वस्तूचे परस्पर लंब प्रक्षेपण रेषांवर दृश्याद्वारे दर्शविले जाते

अ] <u>दोनकिंवातीन</u>

b] तीन किंवा दोन

c] तीन किंवा चार

d] यापैकी काहीही नाही

60] जेव्हा प्रक्षेपक एकमेकांना समांतर आणि विमानाला लंब असतात तेव्हा प्रक्षेपण म्हणतात.

अ] आयसोमेट्रिक प्रोजेक्शन

b] तिरकस प्रक्षेपण

c] <u>ऑर्थोग्राफिकप्रोजेक्शन</u>

ड] दृष्टीकोन प्रक्षेपण

orthographic projection drawing6 orthographic projection

रेखांकन मध्ये ऑर्थोग्राफिक प्रोजेक्शन

61] ऑर्थोग्राफिक प्रोजेक्शनच्या उद्देशाने वापरण्यात येणारी दोन विमाने आहेत......

a] सहायक विमान

ड] क्षैतिज समतल

c] <u>संदर्भविमान</u>

d] यापैकी काहीही नाही

62] ज्या रेषेत ते छेदतात त्या रेषेला संदर्भ रेषा म्हणतात आणि अक्षरे दर्शवतात.......

a] AB

b] YZ

c] <u>XY</u>

d] यापैकी काहीही नाही

63] VP वरील प्रक्षेपणाला........ म्हणतात.

a] बाजूचे दृश्य

b] <u>समोरचेदृश्य</u>

c] शीर्ष दृश्य

ड] हे सर्व

64] ....पद्धती, जेव्हा दृश्ये त्यांच्या सापेक्ष स्थितीत काढली जातात तेव्हा विमान उंचीच्या खाली येते. उंचीच्या उजव्या बाजूला डावीकडून निरीक्षण केल्याप्रमाणे ऑब्जेक्टचे दृश्य.

a] प्रक्षेपणाचे विमान

b] <u>प्रथमकोनप्रक्षेपण</u>

c] तिसरा कोन प्रक्षेपण

d] यापैकी काहीही नाही

65] तिसरा कोन प्रक्षेपण पद्धत, वस्तू........ चतुर्थांश मध्ये स्थित आहे असे गृहीत धरले जाते.

अ] पहिला चतुर्थांश

b] दुसरा चतुर्थांश

c] <u>तिसराचतुर्थांश</u>

ड] चौथा चतुर्थांश

66] .... प्रोजेक्शनची पद्धत यूएसए आणि इतर देशांमध्ये वापरली जाते.

a] प्रक्षेपणाचे विमान

b] ऑर्थोग्राफिक प्रोजेक्शन

c] प्रथम-कोन प्रक्षेपण

d] तिसराकोनप्रक्षेपण

third angle projection2 orthographic projection

तिसरा कोन प्रोजेक्शन रेखाचित्र

67] जेव्हा एखादी वस्तू जमिनीवर असते, तेव्हा पहिल्या कोन प्रक्षेपण पद्धतीने, तिचा तळाचा भाग XY सह आत असतो.

अ] शीर्ष दृश्य

b] समोरचेदृश्य

c] बाजूचे दृश्य

ड] हे सर्व

68] या प्रक्षेपण प्रणालीचा महत्त्वाचा घटक

a] एक वस्तू

b] प्रक्षेपणाचे विमान

c] एक निरीक्षक

ड] हेसर्व

69] रेषा AB ही HP ला समांतर असते तेव्हा ......

a] AB चे समोरचे दृश्य

b] त्याचे बाजूचे दृश्य AB च्या बरोबरीचे आहे

c] हेशीर्षदृश्य AB च्याबरोबरीचेआहे

d] यापैकी काहीही नाही

70] जेव्हा एखादी रेषा विमानाला समांतर असते; विमानावरील त्याचे प्रक्षेपण त्याच्या बरोबरीचे आहे;

अ] <u>खरीलांबी</u>

b] खरा आकार

c] खरा आकार

d] यापैकी काहीही नाही

71] बिंदू समांतर आहे ज्यामध्ये रेषा किंवा रेषा बिंदूला भेटतात त्याला समतल म्हणतात.

अ] ओळ

b] गुणोत्तर

c] <u>ट्रेस</u>

d] यापैकी काहीही नाही

72]........ हे दोन बिंदूंमधील सर्वात कमी अंतर आहे.

a] एक ओळ

b] एक बिंदू

c] <u>एकसरळरेषा</u>

d] यापैकी काहीही नाही

73] जेव्हा रेषा क्षैतिज समतलाला छेदते तेव्हा याला म्हणतात.....

a] <u>क्षैतिजट्रेस</u>

b] अनुलंब ट्रेस

c] रेषेचा ट्रेस

d] यापैकी काहीही नाही

74] विमाने दोन मुख्य प्रकारांमध्ये विभागली जाऊ शकतात ......

a] लंब समतल, सहायक समतल

b] <u>लंबसमतल, तिरकससमतल</u>

c] सहायक समतल, लंब समतल

d] यापैकी काहीही नाही

75] संदर्भ विमानाकडे झुकलेल्या विमानांना ...... म्हणतात.

a] सहायक विमान

b] <u>obliqeu विमान</u>

c] लंब समतल

ड] चित्र विमान

76] जेव्हा एखादे विमान संदर्भ समतलाला लंब असते तेव्हा त्या समतलावरील प्रक्षेपण .... असते.

a] क्षैतिज रेषा

b] समांतर रेषा

c] सरळरेषा

d] यापैकी काहीही नाही

77] जेव्हा एखादे विमान संदर्भ समतलाला समांतर असते तेव्हा ते त्या विमानावरील प्रक्षेपण दर्शवते........

अ] तोखराआकारआणिआकारआहे

b] ती खरी लांबी आणि आकार आहे

c] ही खरी उंची आणि आकार आहे

d] यापैकी काहीही नाही

78] VP आणि HP वर लंब असलेल्या विमानाला .... असे म्हणतात.

a] सहायक विमान

b] तिरकस विमान

c] लंबसमतल

d] यापैकी काहीही नाही

79] लंब समतल खालील प्रकारांमध्ये विभागले जाऊ शकते.........

a] दोन्ही संदर्भ समतलांना लंब.

b] एका समतलाला लंब आणि दुसऱ्याला समांतर

c] एका विमानाला लंब आणि दुसर्‍याकडे कलते

ड] हेसर्व

80] विमानांना फक्त दोन मिती असतात, उदा........

अ] लांबीआणिरुंदी

b] लांबी आणि उंची

c] लांबी आणि जाडी

ड] हे सर्व

81] तळांच्या केंद्रांना जोडणारी प्रिझमची काल्पनिक रेषा......... म्हणतात.

a] चेहरे

b] अक्ष

c] शिखर

ड] पाया

82] उजव्या आणि नियमित प्रिझममध्ये त्याचा अक्ष असतो....... पायापर्यंत

a] समांतर

b] लंब

c] कललेला

d] यापैकी काहीही नाही

Prisem1 dr Polygon polyhedron

83] जेव्हा पिरॅमिड किंवा शंकू त्याच्या पायाच्या समांतर विमानाने कापला जातो आणि त्यामुळे वरचा भाग काढून टाकला जातो, तेव्हा उरलेल्या भागाला इट्स म्हणतात.

अ] गोल

b] शंकू

c] सिलेंडर

ड] <u>फ्रस्टम</u>

Cone dr Cone Drawing

अभियांत्रिकी रेखाचित्र मध्ये शंकू

84] तिरकस सिलेंडर आणि शंकू यांना त्यांच्या अक्ष असतात........ त्यांच्या पायाला

a] <u>कललेला</u>

b] समांतर

c] लंब

ड] हे सर्व

85] जमिनीवर विसावलेल्या आणि एकमेकांच्या संपर्कात असलेल्या दोन समान गोलाकारांचे प्रक्षेपण .... च्या समांतर मध्यभागी जोडणारी रेषा.

a] A VP

b] VP

c] HP

ड] हे सर्व

sphere1 dr Sphere Drawing

रेखाचित्र मध्ये गोल

86] दुसऱ्या समतल भागाच्या प्रक्षेपणांना ...... म्हणतात.

अ] विभागातील विमाने

b] उघडविभाग

c] गोलाचा खरा आकार

d] यापैकी काहीही नाही

87] जेव्हा सेक्शन प्लेन HP किंवा जमिनीला समांतर असेल तेव्हा सेक्शनचा खरा आकार......... मध्ये दिसेल.

a] समोरचे दृश्य

b] बाजूचे दृश्य

c] शीर्षदृश्य

ड] हे सर्व

88] घनाची पृष्ठभाग एखाद्या विमानावर घातली जाते, त्याला प्राप्त आकृती म्हणतात.

अ] आंतरप्रवेश

b] विकास

c] छेदनबिंदू

d] यापैकी काहीही नाही

89] पृष्ठभागांचा विकास .... मध्ये आवश्यक आहे.

अ] फाऊंड्री दुकान

b] शीटमेटलवर्क

c] फिटिंगचे दुकान

d] यापैकी काहीही नाही

90] संक्रमणाच्या तुकड्यांमध्ये विकासाची कोणती पद्धत वापरली जाते?

a] समांतर व्यास

b] रेडियल लाइन पद्धत

c] <u>त्रिकोणीपद्धत</u>

ड] अंदाजे पद्धत

91] पिरॅमिड आणि शंकूमध्ये विकासाची कोणती पद्धत वापरली जाते.........

a] <u>रेडियललाइनपद्धत</u>

b] समांतर रेषा पद्धत

c] अंदाजे पद्धत

d] त्रिकोणी पद्धती

pyramid2 dr Pyramid Drawing

पिरॅमिड रेखाचित्र

92] समांतर रेषेची पद्धत .... मध्ये वापरली जाते.

a] प्रिझम

b] सिलेंडर

c] चौकोनी तुकडे

ड] <u>हेसर्व</u>

93] विकासाची कोणती पद्धत पृष्ठभागावर गोलाकार, पॅराबोलॉइड, लंबवर्तुळाकार, हायपरबोलॉइड आणि हेलिकॉइड म्हणून वापरली जाते

a] रेडियल लाइन पद्धत

b] त्रिकोणी पद्धत

c] <u>अंदाजेपद्धत</u>

d] समांतर रेषा पद्धत

94] झोन पद्धत आणि ल्युन पद्धत .... च्या विकासासाठी वापरली जाते.

a] प्रिझम

b] शंकू

c] <u>गोल</u>

ड] पिरॅमिड्स

मूळ वर्तुळाच्या त्रिज्या Θ = 360 ^{0}·सूत्रानुसार उपटेन्ड कोन Θ मोजा

अ] अक्षाचीलांबी

b] तिरकसउंची

c] अक्षाची त्रिज्या

d] यापैकी काहीही नाही

96] अभियांत्रिकी प्रॅक्टिसमध्ये, बांधलेल्या वस्तूंचे घटक भाग असू शकतात, ज्याचे पृष्ठभाग एकमेकांना रेषांमध्ये छेदतात ज्याला छेदनबिंदू म्हणतात.

अ] ओळी

b] शंकू

c] सिलेंडर

ड] प्रिझम

97] परस्परसंवादाची ओळ ...... च्या स्वरूपावर अवलंबून असू शकते.

a] छेदनबिंदूपृष्ठभाग

b] छेदणारे घन पदार्थ

c] छेदनबिंदू शंकू

d] यापैकी काहीही नाही

98] दोन समतल पृष्ठभाग एका........ रेषेत छेदतात

a] वक्र

b] सरळ

c] विमान

ड] हे सर्व

99] दोन वक्र पृष्ठभाग किंवा दरम्यानच्या छेदनबिंदूची रेषा......... पृष्ठभाग आणि वक्र पृष्ठभाग ही वक्र आहे.

a] एक वक्र

b] एकविमान

c] एक घन पदार्थ

d] यापैकी काहीही नाही

100] जेव्हा एक घन पदार्थ दुसऱ्या घन पदार्थात पूर्णपणे प्रवेश करतो तेव्हा छेदनबिंदूच्या दोन रेषा असतील. या ओळींना कधीकधी रेषा किंवा .... म्हणतात.

अ] आंतरप्रवेशाची रेषा

b] इंटरपेनेटरेशनचावक्र

c] आंतरप्रवेशाचे घन

ड] हे सर्व

101] पेनिट्रेशन वक्र चा वापर......

a] शीट मेटल वर्क

b] फिटिंगचे दुकान

c] बनावटीचेकाम

ड] फाऊंड्री दुकान

102] दोन इंटरफेनेटरेशनच्या पृष्ठभागामधील छेदनबिंदूची रेषा निश्चित करण्याच्या पद्धती.........

a] अंदाजे पद्धत आणि रेडियल लाइन पद्धत

b] लाइनपद्धतआणिकटिंगप्लेनपद्धत

c] त्रिकोणी पद्धत आणि समांतर रेषा पद्धत

d] यापैकी काहीही नाही

103] आंतरप्रवेशाचे उदाहरण .... आहे.

a] दोन प्रिझम छेदनबिंदू

b] सिलेंडर आणि प्रिझम छेदनबिंदू

c] शंकू आणि सिलेंडर्स छेदनबिंदू

ड] हेसर्व

104] दोन सिलिंडर छेदनबिंदू हे........ चे उदाहरण आहे.

a] छेदनबिंदू

b] आंतरप्रवेश

c] शंकू छेदनबिंदू

d] यापैकी काहीही नाही

cylinder8 dr Cylinder Drawing

रेखांकन मध्ये सिलेंडर

105] .... उदाहरणात्मक समस्या सोडवताना पद्धतीचे तपशीलवार वर्णन केले आहे

अ] ओळ पद्धत

b] रेडियल लाइन पद्धत

c] कटिंगप्लेनपद्धत

d] समांतर रेषा पद्धत

106] आयसोमेट्रिक प्रोजेक्शनचा प्रकार काय आहे?

a] <u>सचित्रप्रक्षेपण</u>

b] ऑर्थोग्राफिक प्रोजेक्शन

c] दृष्टीकोन प्रक्षेपण

ड] तिरकस प्रक्षेपण

isometric projections

drawing11 isometric projection

आयसोमेट्रिक प्रक्षेपण रेखाचित्र

107] आयसोमेट्रिक दृश्ये काढली गेली आहेत........

अ] पूर्ण प्रमाण

b] अर्धा स्केल

c] <u>खरीलांबी</u>

ड] खरे प्रमाण

108] सममितीय अक्षाच्या समांतर रेषेला .... म्हणतात.

अ] आयसोमेट्रिक अक्ष

b] <u>आयसोमेट्रिकरेषा</u>

c] आयसोमेट्रिक विमाने

d] सममितीय दृश्ये

109] आयसोमेट्रिक प्रक्षेपण हे प्रमाण कमी होते.........

अ] ३]

ब] १] २

c] २] २

ड] <u>२] ३</u>

110] ने काढलेल्या वर्तुळाचे सममितीय प्रक्षेपण........

अ] आयसोमेट्रिक प्लेन

b] आयसोमेट्रिक आलेख

c] सममितीय रेखाचित्र

ड] आयसोमेट्रिकस्केल

111] लंबवर्तुळाचा प्रमुख अक्ष .... पेक्षा लांब आहे.

a] वर्तुळाची त्रिज्या

b] खरा व्यास

c] वर्तुळाचाव्यास

d] यापैकी काहीही नाही

112] .... वापरून सममितीय दृश्य रेखाटण्याचा सराव करते.

अ] आयसोमेट्रिक विमाने

b] आयसोमेट्रिक रेषा

c] आयसोमेट्रिकआलेख

d] सममितीय दृश्य

3] पृथ्वीच्या सर्वात बाहेरील थराला काय म्हणतात

अ] लिथोस्फियर

B] वातावरण

C] जलमंडल

D] थर्मोस्फियर

4] कोणती पद्धत सर्वात स्वीकार्य आहे

अपघात टाळणे

अ] सुरक्षा उपकरणे परिधान करणे

B] स्वतःच्या मार्गाने गोष्टी करणे

C] अत्यंत कुशल कामकाजाच्या सरावाने कामगिरी करणे _

D] नोकरी, मशीन आणि कामाच्या ठिकाणाशी संबंधित सुरक्षा खबरदारीचे निरीक्षण करणे,

5] वर्ग D फायर क्लास म्हणजे काय

अ] तेल आणि चरबी

ब] ज्वलनशील द्रव

C] ज्वलनशील धातू

डी] उर्जायुक्त विद्युत उपकरणे

6] प्रथमोपचाराचा ABC म्हणजे काय

अ] मदत, ब्रेक, नियंत्रण, ,

ब] टाळा, रक्तस्त्राव, नियंत्रण

C] वायुमार्ग, श्वासोच्छ्वास, अभिसरण

ड] अपघात, रक्तस्त्राव, रक्ताभिसरण

7] ऑक्सिजनची टक्केवारी किती आहे
वातावरणातील वायू
अ] ७८.०३ %
ब] २०.९९ %
क] १५.८८%
डी] १२.४१ %
8] औद्योगिक वातावरणात व्यावसायिक रोग कसा होतो
अ] निष्काळजीपणा
B] ज्ञानाचा अभाव
C] मशीनची अयोग्य हाताळणी
डी] पदार्थ किंवा प्रक्रियेच्या संपर्कात असलेल्या व्यक्ती
9] BIS नुसार 420 x 594 मिमी आकाराच्या कागदाचे पदनाम काय आहे
अ] अ१
B] A2
C] A3
D] A4
10] वर्तुळाचा त्याच्या कमानीवर दोन त्रिज्या असलेला भाग कोणता
अ] वर्तुळ
ब] क्षेत्र
C] खंड
D] अर्धवर्तुळ -
12] परिमाण मांडणीचे नाव काय आहे

अ] साखळी परिमाण
B] समांतर परिमाण
C] संरेखित परिमाण
D] एकदिशात्मक परिमाण
13] स्केलचे नाव काय आहे

scale

अ] साधा स्केल
ब] व्हर्नियर स्केल
C] कर्ण स्केल
D] तुलनात्मक स्केल
14] x असे लेबल असलेल्या भागाचे नाव काय आहे?

अ] प्लग
B] फ्यूज हेड
C] बेस चार्ज
D] प्राइमिंग चार्ज
15] दगडाच्या ड्रेसिंगचे नाव काय आहे

dressing
stone

अ] ड्रॅग केलेले फिनिश
ब] फ्युरोड फिनिश
C] जाळीदार फिनिश
D] हॅमर ड्रेस्ड फिनिश
16] ड्रॉइंग शीटच्या अंतरामध्ये दर्शविलेल्या बाणाचे नाव द्या.

drawing-sheet

अ] छाटणे धार
ब] सीमा
C] अभिमुखता चिन्ह
D] फ्रेम
17] बाणाचे डोके काय दर्शवते

drawing-board

अ] बॅटन्स
ब] पट्ट्या
C] आबनूस धार
ड] धारक
18] x X म्हणून चिन्हांकित केलेला भाग काय आहे

अ] स्क्रू
ब] डोके
C] ब्लेड
ड] दुवा
19] टी-स्क्वेअरमधील स्टॉक/हेड आणि ब्लेडमधील कोन किती आहे
A] 30°
B] ४५°
C] 60°
D] 90°
20] ड्रॉइंग शीटच्या अखंडित आकारासाठी A4 पदनाम काय आहे
A] 450 x 625 मिमी
B] 330 x 450 मिमी
C] 240 x 330 मिमी
D] 165 x 240 मिमी
21] दिलेल्या चिन्हासाठी साहित्य काय आहे

एक दगड

B] विभाजन ब्लॉक

क] शंकू

ड] वीट

22] दिलेल्या चिन्हासाठी कोणती वस्तू आहे

अ] रोलिंग शटर अंतर्गत

B] अंतर्गत सरकता दरवाजा

C] बाह्य सरकता दरवाजा

D] रोलिंग शटर बाह्य

23] ड्रॉइंग शीट फोल्ड करण्यासाठी कोणत्या BIS कोड क्रमांकाची शिफारस केली जाते

अ] IS 11664 - 1989

ब] IS 11664 - 1987

C] IS 11664 - 1986

D] IS 11664 – 1981

24] 'A0' आकाराच्या ट्रिम केलेल्या ड्रॉइंग शीट अंतर्गत किती उभ्या पट येतात

अ] ५

ब] ६

क] ७

डी] ८

24a] A5 पदनाम ड्रॉइंग शीटचा अप्रत्यक्ष आकार किती आहे

अ] ४५० x ६२५

B] ३३० x ४५०

C] 240 x 330

डी] 165 x 240

25] मटेरियल लिस्ट आणि ड्रॉईंगमधील परिमाण यासाठी मिमीमध्ये आकार / उंची किती आहे

A] 9 ते 10

B] 7 ते 8

क] ५ ते ६

डी] 3 ते 4

26] E1 चे वर्णन काय आहे लपविलेले बाह्यरेखा E1

अ] डॅश पातळ

ब] साखळी पातळ

क] डॅश केलेले जाड

D] साखळी जाड

27] परिमाण तंत्राच्या संरेखित प्रणालीमध्ये परिमाण कसे वाचले जाऊ शकतात

अ] ड्रॉइंग शीटची डाव्या हाताची धार

B] ड्रॉइंग शीटचा उजवा हात

C] वरपासून खालपर्यंत

D] तळापासून वरपर्यंत

28] मध्य रेषेत 'G1' चे वर्णन काय आहे

अ] साखळी पातळ

ब] डॅश केलेले पातळ

क] डॅश केलेले जाड

D] सतत जाड

28-1] अभियांत्रिकी रेखांकनामध्ये युनिडायरेक्शनल सिस्टीमचे परिमाण वाचण्यासाठी कसे ठेवले जातात

अ] रेखांकनाच्या शीर्षस्थानी

B] डावीकडून उजवीकडे

C] रेखाचित्राच्या तळापासून

D] उजवीकडून डावीकडे

29] रेखांकनाच्या उप-शीर्षकांसाठी मिमीमध्ये आकार / उंची किती आहे

अ] ३ - ५

ब] ६ - ८

C] 9 - 10

डी] 11 - 12

30] MAPS मध्ये सामान्यतः वापरले जाणारे स्केल काय आहे

अ] १] १०८

ब] १]१०७

क] १] १०६

ड] १]१०५

31] आरएफ म्हणजे काय, जर 5 मीटर अंतराची वास्तविक लांबी 25 मिमी लांबीने दर्शविली तर

A] 1] 2000

ब] १]२००

क] १]२०

ड] १]२

32] दिलेल्या स्केलचे नाव काय आहे

अ] साधा

ब] तुलनात्मक

C] व्हर्नियर

ड] कर्ण

33] प्रोटॅक्टर नसताना कोन तयार करण्यासाठी कोणते स्केल वापरले जाते

अ] कर्ण स्केल

B] तुलनात्मक स्केल

C] जीवा स्केल

D] साधा स्केल

34] दिलेले स्केल काय आहे

अ] साधा स्केल

B] तुलनात्मक स्केल

C] कर्ण स्केल

डी] व्हर्नियर स्केल

35] आग्नेय खडकाचे वर्गीकरण काय आहे

अ] भूवैज्ञानिक

ब] शारीरिक

C] रासायनिक

डी] व्यावहारिक

36] दगडी बांधकामासाठी कोणता चुना वापरला जातो

अ] वर्ग डी

ब] वर्ग क

क] वर्ग ब

D] वर्ग अ

37] IS विनिर्देशानुसार सामान्य बंदर जमीन सिमेंट किती ग्रेडमध्ये उपलब्ध आहे

A] 2 ग्रेड

B] 3 ग्रेड

C] 4 ग्रेड

D] 5 ग्रेड

38] सर्व पाणी शुद्धीकरण संरचनेसाठी पावडर स्वरूपात सिमेंट वॉटर प्रूफरची टक्केवारी किती आहे

अ] १३ ते १५%

B] 11 ते 12%

C] 06 ते 10%

डी] ०२ ते ०५%

39] मागे पडणाऱ्या रेषा ½ स्केलवर काढल्यास प्रक्षेपण काय आहे

अ] घोडेस्वार प्रक्षेपण

ब] कॅबिनेट प्रोजेक्शन

C] क्लिरोग्राफिक प्रोजेक्शन

D] एक्सोनोमेट्रिक प्रोजेक्शन

40] x म्हणून चिन्हांकित केलेला भाग काय आहे

अ] ब्लॉकिंग कोर्स

ब] कॉर्नाइल

C] Cortel

D] लिंटेल

41] x X म्हणून चिन्हांकित केलेला भाग काय आहे

अ] कॉर्बेल
B] ब्लॉकिंग कोर्स
C] स्ट्रिंग कोर्स
D] फ्रीझ कोर्स
42] x म्हणून चिन्हांकित केलेला भाग काय आहे

अ] कॉर्बेल कोर्स
ब] कॉर्निस कोर्स
C] ब्लॉकिंग कोर्स
D] स्ट्रिंग कोर्स
43] कोणत्या खडकामध्ये सिलिका हे मुख्य घटक आहे
अ] आर्गिलेशियस खडक
ब] सिलिसियस खडक
C] चुनखडीचा खडक
D] फोलिएटेड खडक
44] संगमरवराचे वर्गीकरण काय आहे
अ] रूपांतरित खडक
ब] फोलिएटेड खडक
C] गाळाचा खडक
D] आग्नेय खडक
45] स्टोन ड्रेसिंग फिनिशचे नाव काय आहे

अ] बढाई मारलेली समाप्त

ब] ड्रॅग केलेले फिनिश

C] ड्रॅग केलेले फिनिश

डी] पॉलिश फिनिश

46] वीट सामग्रीसाठी रंग कोड काय आहे

अ] सिंदूर

B] कोबाल्ट निळा

C] देयक राखाडी

D] बंदर हिरवे

47] चिन्हाचे नाव काय आहे

अ] कटिंग

ब] तटबंध

क] कल्व्हर्ट

D] पूल

48] 5] 1 ने दर्शविल्या जाणाऱ्या स्केलचे नाव काय आहे

अ] पूर्ण प्रमाण

ब] साधा स्केल

C] कमी केलेले प्रमाण

D] वाढवलेला स्केल

49] टिकाऊपणा किंवा हवामान गुणवत्ता निश्चित करण्यासाठी चाचणीचे नाव काय आहे

अ] प्रभाव चाचणी

B] स्मिथची चाचणी

C] क्रशिंग चाचणी

D] क्रिस्टलायझेशन चाचणी

49a] कोणत्या चौकोनाच्या सर्व बाजू समान आहेत आणि कोन काटकोनात नाहीत

अ] समभुज चौकोन

ब] समलंबिका

C] आयत

ड] रॅम्बॉइड

50] 700 x 500 x 15 मिमी आकाराच्या ड्रॉइंग बोर्डमध्ये वापरल्या जाणार्‍या ड्रॉइंग शीटचे पदनाम काय आहे?

A] A0

B] A1

C] A2

D] A3

51] वर्तुळाकार यंत्रामध्ये कमाल किती अंश मोजता येतो

A] 360°

B] 270°

C] 180°

डी] ३९०°

52] चिकणमाती हरवल्यास आणि त्यात कोणतेही घटक घालायचे असल्यास विटा तयार करण्याची प्रक्रिया काय आहे,

अ] हवामान

ब] स्वच्छता

क] टेंपरिंग

D] मिश्रण

53] कोणत्या खडकामध्ये कॅल्शियम कार्बोनेटचे मुख्य प्रमाण असते

अ] आर्गिलेशियस खडक

ब] सिलिसियस खडक

C] फोलिएटेड खडक

D] चुनखडीयुक्त खडक

54] जेथे मागील दृश्य पहिल्या कोन प्रक्षेपणात ठेवले जाते

A] उजव्या बाजूच्या दृश्याची उजवी बाजू

ब] उंचीचा तळ

C] उजव्या बाजूच्या दृश्याची डावी बाजू

D] उंचीचा वरचा भाग

55] जेथे योजना तिसऱ्या कोन प्रक्षेपणात ठेवली आहे

अ] उंचीच्या खाली

ब] उंचीवर

C] उंचीचा डावीकडे

D] उंचीचा अधिकार

56] हवेतील पाण्याची वाफ शोषून घेण्यासाठी सामग्रीचा गुणधर्म काय आहे

A] हायग्रोस्कोपिकिटी

ब] पाणी शोषण

क] पारगम्यता

ड] टिकाऊपणा

57] दबावाखाली पाणी जाण्याची परवानगी देण्याची सामग्रीची क्षमता म्हणून ओळखले जाते

अ] टिकाऊपणा

ब] पारगम्यता

C] सच्छिद्रता

ड] लवचिकता

58] किरकोळ घटकांच्या धान्याच्या आकाराचा अभ्यास करण्यासाठी दगडावर कोणती चाचणी घेतली जाते

अ] गोठणे

ब] स्मिथ्स

C] सूक्ष्म चाचणी

ड] कडकपणा

59] वीट निर्मितीसाठी विशिष्ट क्षेत्रामध्ये सुमारे 20 सेमी खोलीची माती काढण्याच्या प्रक्रियेचे नाव सांगा.

अ] माती न भरणारा

ब] टेंपरिंग

क] मिश्रण

D] स्वच्छता

60] वीटकामात x म्हणून काय चिन्हांकित केले आहे

अ] कॉर्निस वीट

ब] बुलनोज वीट

क] कण्हत वीट

डी] गोलाकार समाप्त वीट

61] चुनाचे वर्गीकरण जाणून घेण्यासाठी कोणती चाचणी घेतली जाते

classification-of-lime-test

अ] बॉल टेस्ट
ब] व्हिज्युअल चाचणी
C] अशुद्धता चाचणी
D] कार्यक्षमता चाचणी
62] कोणती चाचणी vicat उपकरणे वापरून केली जाते
अ] सूक्ष्मता चाचणी
B] संकुचित शक्ती चाचणी
C] सुदृढता चाचणी
D] तन्य शक्ती चाचणी
63] सिमेंटच्या उत्पादनात किती टक्के जिप्सम जोडले जाते
अ] ७ - १०%
ब] ५ -७ %
क] ३ ते ४ %
डी] 1 - 2 %
64] रासायनिक संयंत्र आणि भट्टी बांधण्यासाठी कोणते सिमेंट अधिक योग्य आहे
अ] विस्तारणारे सिमेंट
ब] उच्च ॲल्युमिना सिमेंट
C] अतिरिक्त जलद कडक होणारे सिमेंट
D] हायड्रोफोबिक सिमेंट
65] पेस्ट स्वरूपात पाण्याच्या टाक्यांसाठी सिमेंट वॉटर प्रूफर्सचे प्रमाण किती आहे
अ] १ ते १०
B] 11 ते 15
C] 16 ते 20
D] 21 ते 25
66] कोणते सिमेंट ॲब्युटमेंट आणि पायर्स बांधण्यासाठी अधिक योग्य आहे

अ] उच्च ॲल्युमिना सिमेंट
B] जलद कडक होणारा सिमेंट
C] सुधारित बंदर जमीन सिमेंट
D] सल्फेट प्रतिरोधक सिमेंट
67] x असे लेबल असलेल्या भागाचे नाव काय आहे?

अ] पिठ
ब] बास्ट
क] सपाट लाकूड
D] ह्दयाचे लाकूड
68] विटांच्या दगडी बांधकामात x असे लेबल असलेल्या फॉर्मचे नाव काय आहे?

bricks-
masonry

अ] शीर्षलेख
B] Quoin जवळ
क] राणी जवळ
D] Quoin स्ट्रेचर
69] पाण्याखाली लोखंडी कामासाठी कोणत्या प्रकारचा रंग लावला जातो
अ] एस्बेस्टोस पेंट
B] सेल्युलोज पेंट
C] ॲल्युमिनियम पेंट D] बिटुमिनस पेंट
70] दगडी जोडाचे नाव काय आहे?

stone-joint

अ] मांडीचा सांधा
ब] बट संयुक्त
क] टेबल संयुक्त
D] जीभ आणि खोबणीचा सांधा
71] विटाचे नाव काय आहे

अ] राजा जवळ
ब] बेवेल्ड बॅट
क] राणी जवळ
डी] मिटर जवळ
72] भिंतीचे नाव काय आहे

wall

अ] पाठीशी तोंड असलेला दगड

B] ढिगाऱ्याच्या आधाराने तोंड असलेला दगड

क] काँक्रीटच्या पाठीशी विटांचे तोंड

डी] विटांच्या कामांना तोंड देणे आणि आशलर दगडी बांधकामाचा आधार

73] 'विटांच्या दगडी बांधकामात कोन' सेट करण्यासाठी वापरल्या जाणाऱ्या साधनाचे नाव काय आहे

अ] बेवेल

ब] प्लंब नियम

C] गवंडी चौरस

D] 1 मीटर 'U' दुमडलेला नियम 1 'U'

73a] कोणता कठोर बोर्ड दाबलेला बोर्ड म्हणून ओळखला जातो

अ] प्लायवुड बोर्ड

B] कॉम्प्रेग बोर्ड

C] फायबर बोर्ड

D] लॅमिनेटेड बोर्ड

74] सिमेंट पेंट, इमल्शन पेंट, ऑइलपेंट आणि सिल्व्हरेट पेंटसह कोणत्या पृष्ठभागाची शिफारस केली जाते

अ] लोखंडी पृष्ठभाग

B] प्लास्टर केलेला पृष्ठभाग

C] लाकडी पृष्ठभाग

D] धातूचा पृष्ठभाग

75] लाकडाच्या पृष्ठभागावरील सर्व गाठी लाल शिसेने झाकण्यासाठी किंवा मारण्यासाठी वापरला जाणारा शब्द A] फिनिशिंग B] नॉटिंग C] स्टॉपिंग D] क्लीनिंग

76] कोणत्या धातूमध्ये तांबे आणि कथील असतात

अ] कांस्य

ब] पितळ

क] डाऊ धातू

D] निकेल चांदी

77] x X म्हणून चिन्हांकित केलेला भाग काय आहे

अ] सामना करणे
ब] पॅरापेट
क] घसा
D] DPC
78] विटाचे नाव काय आहे

अ] सेल्युलर मातीची वीट
ब] पोकळ मातीची वीट
क] पोकळ कॉंक्रीटची वीट
D] छिद्रित वीट
79] समांतर बाजूंनी 50 मिमी पेक्षा कमी जाडी आणि 50 मिमी पेक्षा जास्त रुंदी असलेल्या लाकडाचे बाजार स्वरूप कोणते आहे
अ] फळी
ब] ध्रुव
क] सौदा
ड] मोठ्या प्रमाणात
80] ताज्या तोडलेल्या लाकडात असलेली ओलावा काढून टाकण्याची प्रक्रिया काय आहे
अ] कडक होणे
ब] कडक होणे
क] सपिंग
D] मसाला
81] लाकूड योग्य मीठाच्या द्रावणात बुडवून कृत्रिम मसाला म्हणजे काय?
अ] रासायनिक मसाला

ब] इलेक्ट्रिकल सीझनिंग

C] पाणी मसाला

D] भट्टीचा मसाला

82] लाकडात मसाला केल्याने काय दोष आहे

seasoning-in-
timber

एक कप

ब] धनुष्य

क] विभाजन

ड] ताना

83] लाकडाच्या पातळ पत्र्याचा वापर काय आहे 0.4 मिमी ते 6 मिमी जाडी बदलते

अ] प्लायवुड

ब] फायबर बोर्ड

C] लॅमिनेटेड बोर्ड

डी] लिबास

84] बस बॉडी आणि मरीनच्या बांधकामासाठी 25 मिमी रुंदीपर्यंतचा लहान लाकूड ब्लॉक कोणता आहे

अ] लॅमिनेटेड बोर्ड

ब] फायबर बोर्ड

C] प्लायवुड

D] ब्लॉक बोर्ड

85] वार्निशिंगसाठी सॅन्ड पेपर किंवा प्युमिक स्टोनने घासून पृष्ठभाग गुळगुळीत होण्याची प्रक्रिया काय आहे?

अ] पृष्ठभागाचा वापर

B] पृष्ठभाग तयार करणे

C] पृष्ठभागाची स्वच्छता

D] पृष्ठभाग पूर्ण करणे

86] पृष्ठभागावरील छिद्रे उकडलेल्या जवस तेलाने भरलेली असतात यासाठी काय शब्द वापरला जातो?

अ] हसणे
ब] थांबणे
क] गाठ
ड] सळसळणे
87] कोणत्या धातूमध्ये ॲल्युमिनियम मिश्रधातूचे प्रमाण 94% तांबे 4% आहे
अ] पितळ
B] कांस्य
क] डाऊ बेल
D] ड्युरल्युमिन
88] मुख्यतः वापरल्या जाणाऱ्या स्टीलच्या नालीदार शीट फॉर्मसाठी काय
अ] स्ट्रक्चरल काम
ब] छताचे आवरण
C] ग्रीलवर्क
D] सिमेंट काँक्रीट मजबुतीकरण
89] दगडी बांधकामात x म्हणून चिन्हांकित केलेला भाग काय आहे

अ] शीर्षलेख
B] Quoin
क] पलंगाचा सांधा
D] स्ट्रेचर
90] x म्हणून चिन्हांकित केलेला भाग काय आहे

अ] राणी जवळ
ब] स्ट्रेचर
C] शीर्षलेख
D] Quoin
91] दगडी बांधकाम x मध्ये x म्हणून काय चिन्हांकित केले आहे

अ] स्ट्रेचर
B] पलंगाचा सांधा
C] Quoin जवळ
D] Quoin
92] दगडी दगडी बांधकामात वापरलेला दगडी सांधा काय आहे

stone-masonry

अ] जोडलेले जोड
ब] रस्टिकेटेड संयुक्त
C] टेबल संयुक्त
ड] बट संयुक्त
93] दगडी दगडी बांधकामात वापरण्यात येणारा दगडी सांधा काय आहे

अ] खोगीर जोड
ब] बट संयुक्त
क] टेबल संयुक्त
ड] बट संयुक्त
94] कमानीच्या कामात कोणता दगडी जोड वापरला जातो
अ] बट संयुक्त

B] टेबल जॉइंट

क] सवलत संयुक्त

ड] जॉगल्ड संयुक्त

95] कोणत्या दगडी बांधकामात भिंतीच्या समोर आणि पाठीमागे क्लॅम्प्स किंवा डोव्हल्सची तरतूद आहे

अ] दगडी बांधकाम

B] विटांचे दगडी बांधकाम

क] चिखलाच्या मोर्टारमध्ये विटांचे दगडी बांधकाम

D] संमिश्र दगडी बांधकाम

96] दगडी बांधकामाचे नाव काय आहे

अ] कोरड्या ढिगाऱ्याचे दगडी बांधकाम

ब] यादृच्छिक ढिगाऱ्याचे दगडी बांधकाम

क] ढिगाऱ्यावरील दगडी बांधकाम

D] ढिगाऱ्यावरील दगडी बांधकाम

99] दगडी दगडी बांधकाम म्हणजे काय

अ] अश्लर खडक

ब] अश्लर रफ टूल्ड

C] Ashlar दंड

ड] अश्लर चैंफेर्ड

100] दगडी दगडी बांधकामात वापरण्यात येणारा सांधा काय आहे

अ] सवलत संयुक्त

ब] बट संयुक्त

क] टेबल संयुक्त

D] जीभ आणि खोबणी

101] सामना करण्यासाठी कोणता दगडाचा सांधा वापरला जातो

अ] टेबल संयुक्त

B] जोडलेले जोड

क] जॉगल्ड संयुक्त

D] अरुंद सांधे

102] कोणत्या दगडी बांधकामात अचूक पलंगाच्या जोड्यांसह चौरस किंवा आयताकृती आकाराचे नियमित दगड असतात

अ] कोर्स केलेला आरबी .. ब] अकोर्स्ड रबल मॅनरी

क] Ashlar दंड दगडी बांधकाम

ड] चकमक भंगार दगडी बांधकाम

103] दगडी बांधकामात वापरल्या जाणाऱ्या बाँडचे नाव काय आहे?

अ] इंग्रजी क्रॉस वॉल बाँड

ब] डच बाँड

C] बॉण्डचा सामना करणे

ड] रॅकिंग बॉण्ड

104] वीट अभ्यासक्रमात x म्हणून चिन्हांकित केलेला भाग कोणता आहे

A] मागील Wythe Wythe

ब] स्ट्रेचर कोर्स

C] समोर Wythe

D] हेडर कोर्स

105] दगडी बांधकामात वापरले जाणारे बंध काय आहे

अ] कर्ण बंध

ब] बागेची भिंत (इंग्रजी) बंध

C] भिक्षू बंध

D] सिंगल फ्लेमिश बाँड

106] भिंतीच्या बाजूला बंदिस्त कोन 90° ते 180° च्या दरम्यान असल्यास विटांच्या कामात जोडणीचे स्वरूप काय आहे?

अ] स्क्विंट क्वॉइन

ब] तीव्र स्क्विंट क्वॉइन

C] उजवीकडे नेतृत्व

ड] ओबट्युस स्क्विंट क्वॉइन

107] कोणत्या बाँडमध्ये हेडर आणि स्ट्रेचरचे पर्यायी अभ्यासक्रम असतात

अ] भिक्षु बंध

ब] रॅकिंग बाँड

C] डच बॉण्ड D] फेसिंग बॉण्ड

108] बाँडचे नाव काय आहे

अ] उंदीर सापळा बंध

B] काठावरील वीट

C] फ्लेमिश (एकल) बंध

D] फ्लेमिश (दुहेरी) बंध

109] इमारती लाकडातील दोषाचे नाव काय आहे?

defect-in-timber

अ] गाठ
ब] कप शेक
C] तारा हलतो
D] रेडियल शेक्स
110] मृत भार काय आहे
अ] छत
ब] बर्फ
C] वाऱ्याचा दाब
D] पुरुष आणि प्राणी
111] साधनाचे नाव काय आहे

अ] शेल औगर
ब] स्क्रू ऑगर
C] पोस्ट-होल ऑगर
ड] कंटाळवाणा औगर धुवा
112] फाउंडेशनचे नाव काय आहे

foundation

अ] तराफा पाया

ब] पट्टा पाया

C] आयताकृती पाया

डी] समलंब पाय

113] पायाचे नाव काय आहे जे मोठ्या प्रवाहामुळे होते आणि खंदक खोदणे आणि कोरडे ठेवणे शक्य नाही?

अ] ढीग पाया

B] तराफा पाया

C] पाया पसरवा

ड] उथळ पाया

114] मोठ्या क्षैतिज किंवा झुकलेल्या शक्तींचा प्रतिकार करण्यासाठी झुकलेल्या ढिगाऱ्यांचे नाव काय आहे?

अ] पिठाचा ढीग

B] पत्र्याचा ढीग

C] नांगराचे ढीग

ड] फेंडर मूळव्याध

115] मशीन फाउंडेशन बोल्ट म्हणजे काय

अ] डोळा बोल्ट
ब] रॅग बोल्ट
C] लुईस बोल्ट
ड] कॉटर बोल्ट
116] जड भारित स्तंभासाठी फूटिंग काय आहे ज्यासाठी जास्त स्प्रेड आवश्यक आहे
अ] भिंत पाया
ब] उतार पाय
क] फूट पसरणे
ड] पाऊल टाकणे
117] काळ्या कापूस मातीसाठी कोणत्या प्रकारच्या पायाची शिफारस केली जाते
अ] तराफा पाया
ब] पट्टा पाया
C] पायाचा पाया पसरवा
डी] पायरी पाया
119] मातीचे UBC ठरवण्यासाठी सूत्रात ro म्हणजे काय = ro
अ] सुरक्षिततेचा घटक
ब] खोलीवर मातीची घनता
C] युनिट क्षेत्रावरील अंतिम भार
D] माती / एकक क्षेत्राचा प्रतिकार
121] इमारत आणि झाड यांच्यातील किमान अंतर किती आहे
अ] ८ मी
B] 6 मी
क] ५ मी

D] 4 मी

122] Kg/m3 मध्ये वाळूची (कोरडी) वजन श्रेणी किती आहे

A] 1000 ते 1500

ब] १५४० ते १६००

C] १६०० ते १७००

ड] १७०० ते १८००

123] फाउंडेशनचे नाव काय आहे

अ] भिंत पाया

ब] पट्टा पाया

C] आयताकृती पाया

D] एकल पाय

124] एका स्तंभासाठी स्प्रेड फूटिंग म्हणून ओळखले जाते

अ] पाऊल टाकणे

ब] एकल पाय

क] स्लोप्ड फूटिंग

ड] पॅड फूटिंग

125] दोन स्तंभांना आधार देणारे स्प्रेड फूटिंग म्हणजे काय

अ] पट्टा पायाचा पाया

B] आयताकृती संयुक्त पायाचा पाया

C] भिंत पाया

D] सिंगल फूटिंग फाउंडेशन

126] ढिगाऱ्याचे नाव काय आहे

pile-foundation

अ] प्री कास्ट कॉंक्रिटचा ढीग

ब] घर्षण ढीग

क] पिठाचा ढीग

D] शेवटचा बेअरिंग पाइल

127] पाया खोदण्याच्या प्रक्रियेत पाणी वगळण्यासाठी पाण्यात/जमिनीतून बुडलेली रचना म्हणून काय ओळखले जाते?

अ] कॉफर्डम

ब] रीमेड पाइल फाउंडेशन अंतर्गत

C] Caisson

D] पट्टी / पॅड पाया

128] 3 मीटर खोलीसाठी माती संशोधनाची कोणती पद्धत योग्य आहे

अ] उघडे उत्खनन

ब] तपासणे

क] कंटाळवाणे धुवा

D] Auger कंटाळवाणा

129] साइट एक्सप्लोरेशनसाठी कोणती खोली योग्य आहे खुली उत्खनन पद्धत योग्य आहे A] 1.5 मी

ब] २.५ मी

क] ३.० मी

डी] 3.5 मी

130] धरण/अभियांत्रिकी संरचनेच्या बांधकामासाठी मातीची चाचणी घेण्यासाठी मृदा संशोधनाची कोणती पद्धत आवश्यक आहे

अ] उप पृष्ठभाग ध्वनी पद्धत

ब] भूभौतिक पद्धत

क] खोल कंटाळवाणा पद्धत

ड] कंटाळवाणा पद्धत धुवा

131] बेड रॉक किंवा स्ट्रॅटम A ची खोली शोधण्यासाठी माती अन्वेषणाची कोणती पद्धत योग्य आहे

ब] भूभौतिक पद्धत

क] कंटाळवाणा पद्धत धुवा

D] Auger कंटाळवाणा पद्धत

132] 6 ते 8 मीटर श्रेणी A] चाचणी खड्डा खोलीसाठी साइट एक्सप्लोरेशनची कोणती पद्धत योग्य आहे

ब] तपासणे

C] Auger कंटाळवाणा

ड] कंटाळवाणे धुवा

133] कोणती माती निरीक्षण पद्धत भूकंपीय अपवर्तन पद्धतीशी संबंधित आहे

अ] उप पृष्ठभाग ध्वनी पद्धत

ब] खोल कंटाळवाणा पद्धत

क] कंटाळवाणा पद्धत धुवा

D] भूभौतिक पद्धत

134] कोणती माती निरीक्षण पद्धत विद्युत प्रतिरोधकतेशी संबंधित आहे

A] खोल कंटाळवाणा B] कंटाळवाणे धुवा

C] भूभौतिक

D] उप पृष्ठभाग ध्वनी

135] दोष नसलेल्या कठोर खडकाची कमाल सुरक्षित वहन क्षमता किती आहे (T/m2 मध्ये म्हणा) A] 250

B] 270

क] ३००

डी] ३३०

136] कोणत्या पद्धतीने बंद ढीग जमिनीत चालवले जातात आणि त्यामुळे मातीचा बीसी बेअरिंग वाढवला जातो

अ] मातीचा निचरा करण्याची पद्धत

ब] सतत माती पद्धत C] कॉम्पॅक्टिंग माती पद्धत

D] मातीची ग्राउटिंग पद्धत

137] मातीची BC सुधारण्याची कोणती पद्धत बेअरिंग स्ट्रॅटमसाठी उपयुक्त आहे ती अधिक खोलीवर पूर्ण केली जाते

अ] ग्राउटिंग पद्धत

ब] माती कॉम्पॅक्ट करण्याची पद्धत

सी] पाया पद्धतीची (खोली) वाढवणे

D] मातीचा निचरा करण्याची पद्धत

138] मृदा उत्खननाची कोणती पध्दत कमी मातीची जुळवाजुळव करण्यासाठी योग्य आहे

A] Auger कंटाळवाणा पद्धत

ब] उप-पृष्ठभाग ध्वनी पद्धत

क] खोल कंटाळवाणा पद्धत

ड] कंटाळवाणा पद्धत धुवा

139] कोणती पद्धत Rankine च्या सूत्रानुसार मातीची वहन क्षमता ठरवते

अ] वजन कमी करण्याची पद्धत

B] लोड करण्याची पद्धत

C] अंकगणितीय पद्धत

डी] विश्लेषणात्मक पद्धत

140] मातीचा BC शोधण्यासाठी सुरक्षा श्रेणीच्या घटकाचे सामान्य मूल्य काय आहे

अ] ०.२५ - ०.४०

ब] ०.४० - ०.८०

C] ०.८० - १.००

D] २ - ३

141] ऑफिस आणि चर्चसाठी Kg/m2 मध्ये सुपर इम्पॉस्ड मटेरियल लोड किती आहे

A] 400

ब] ३५०

क] ३००

डी] 250

142] Kg/m3 Kg/m3 मध्ये विटांची वजन श्रेणी किती आहे

अ] १४०० - १४४०

ब] १४४० - १५५० क] १६०० - १९२०

डी] 2000 - 2100

143] सार्वजनिक इमारत आणि डान्स हॉलसाठी Kg/m2 मध्ये शिफारस केलेले सुपर इम्पॉस्ड लोड सामग्री काय आहे?

अ] ५००

ब] ४५०

क] ४००

डी] ३५०

144] Kg/m3 Kg/m3 मध्ये कोरड्या पृथ्वीची वजन श्रेणी किती आहे

A] 1000 - 1200

ब] १२०० - १३००

क] १३०० - १४००

ड] १४१० - १८४०

145] साध्या सिमेंट काँक्रीटचे वजन Kg/m3 Kg/m3 मध्ये किती असते?

अ] २३००

ब] २५००

C] 2700

डी] 2800

146] निवासी आणि रुग्णालयाच्या इमारतींसाठी Kg/m2 मध्ये सुपर इम्पॉस्ड मटेरियल लोड किती आहे?

A] 400 Kg/m2

B] 250 Kg/m2

C] 300 Kg/m2

डी] 350 किग्रॅ/मी2

147] कामाचे घर आणि पुस्तकांच्या स्टॉलसाठी Kg/m2 मध्ये शिफारस केलेले सुपर इम्पॉस्ड लोड काय आहे

अ] ८००

ब] 900

C] 1000

डी] १२००

148] स्टीलचे वजन Kg/m3 मध्ये किती आहे

अ] ७२५०

ब] 7500

C] 7850

डी] ८०००

149] भारी कार्यशाळा आणि कारखान्यांसाठी Kg/m2 मध्ये शिफारस केलेले सुपर इम्पॉस्ड लोड किती आहे?

अ] ५००

ब] ५५०

क] ६५०

डी] ७५०

150] पायाची खोली त्याच्या रुंदीएवढी (किंवा) कमी असल्यास पायाचे नाव काय?

अ] खोल पाया

ब] विल पाया

क] घाट पाया

ड] उथळ पाया

151] फाउंडेशनचे नाव काय आहे

अ] एकच पाय

ब] पाऊल टाकणे

क] स्लोप्ड फूटिंग

डी] पायरीशिवाय भिंतीची पायरी

152] इमारती लाकूड ग्रीलेज फाउंडेशनमधील बीममधील केंद्र ते मध्य अंतराची श्रेणी काय आहे?

A] 35 ते 40 सें.मी

B] 40 ते 45 सें.मी

C] 45 ते 50 सें.मी

D] 50 ते 60 सें.मी

153] कोणत्या प्रकारच्या पायाची पायरी प्लॅनमध्ये आयताकृती / ट्रॅपेझॉइडल आहे

अ] पट्टा पायाचा पाया

ब] स्लोप्ड फूटिंग फाउंडेशन

C] एकत्रित पाया

D] भिंत पाया

154] जुन्या काळात पूल आणि टाक्या बांधण्यासाठी कोणत्या प्रकारचा पाया वापरला जात होता

अ] एकत्रित पायाचा पाया

ब] सतत पाया

C] पायाचा पाया पसरवा

D] उलटा कमान पाया

155] मातीची सुरक्षित वहन क्षमता खूप कमी असल्यास आणि मोठ्या क्षेत्रावर जास्त केंद्रित भार वितरित करणे आवश्यक असल्यास कोणता पाया योग्य आहे

अ] तराफा पाया

ब] उलटा कमान पाया

क] एकत्रित पाया

D] लोखंडी जाळीचा पाया

156] योजनेत दिलेल्या पायाचे नाव काय आहे‘

अ] कॅन्टिलिव्हर पाया

ब] सतत पायाचा पाया

C] एकत्रित पाया

D] पायाचा पाया पसरवा

156a] कोणत्या फाउंडेशनमध्ये 80 सेमी पाईप प्लिंथ लेव्हलवर एम्बेड केलेले आहेत जे फाउंडेशनच्या तळाशी (5 सें.मी. वरील) जवळजवळ 1.5 मीटर अंतर्गत जोडलेले आहेत.

अ] एकत्रित पायाचा पाया

ब] पट्टी / पॅड पाया

C] ग्रिलेज फाउंडेशन

ड] ढीग पाया

157] फाउंडेशनचे नाव काय आहे

अ] पट्टी / पॅड पाया

ब] पायरी पाया

क] पट्टा पाया

D] बेंचिंग फाउंडेशन

158] फाउंडेशनचे नाव काय आहे

अ] बेंचिंग फाउंडेशन

ब] पट्टी / पॅड पाया

C] Str / ap फाउंडेशन

डी] पिअर पाया

159] हायड्रोस्टॅटिक प्रेशर / ओव्हर टर्निंग मोमेंटमुळे उत्थानाच्या अधीन असलेल्या संरचनेच्या खाली कोणते ढीग अँकर

अ] घर्षणाचा ढीग

ब] शेवटचा बेअरिंग पाइल

C] टेंशन पाइल D] कॉम्पॅक्शन पाइल

160] जहाज / तरंगत्या वस्तूच्या प्रभावापासून वॉटर फ्रंट स्ट्रक्चर्सचे संरक्षण करण्यासाठी कोणता ढीग वापरला जातो

अ] पिठाचा ढीग

ब] फेंडर मूळव्याध

C] ताणाचा ढीग

D] नांगराचा ढीग

161] जास्त प्रमाणात प्रवाह गळत असल्यास आणि खंदक खोदणे आणि कोरडे ठेवणे शक्य नसल्यास कोणत्या पायाला प्राधान्य दिले जाते

अ] तराफा पाया

ब] ढीग पाया

C] ग्रिलेज फाउंडेशन

डी] कॅन्टीलिव्हर फाउंडेशन

162] ढिगाऱ्याचे नाव काय आहे

अ] घर्षणाचा ढीग
ब] कॉम्पॅक्शन पाइल
C] शिकण्याचा ढीग समाप्त करा
ड] पिठाचा ढीग
164] कोणता रेमंड मूळव्याधांचा समूह आहे
अ] केस्ड कास्ट इन सिच्युएशन कॉंक्रिट पाईल
B] साइटच्या ढिगाऱ्यात केस न केलेले कास्ट
C] प्रीकास्ट कॉंक्रिटचा ढीग -
D] लोड बेअरिंग नसलेला ढीग
165] ढिगाऱ्याचे नाव काय आहे

अ] घर्षणाचा ढीग
ब] नांगराचा ढीग
क] कॉम्पॅक्शन पाइल
D] शेवटचा बेअरिंग पाइल
166] ढिगाऱ्याचे नाव काय आहे

अ] घर्षणाचा ढीग

ब] रीमेड ढिगाऱ्याखाली

C] नांगराचा ढीग

ड] पिठाचा ढीग

167] कोणते ढीग शीटच्या पायलिंगपासून क्षैतिज खेचण्यापासून सुरक्षित ठेवतात

अ] घर्षणाचा ढीग

ब] तणावाचा ढीग

C] शेवटचा बेअरिंग पाइल

D] नांगराचा ढीग

168] कोणत्या प्रकारच्या ढिगाऱ्याला सिम्प्लेक्स पाइल म्हणतात

अ] केस्ड कास्ट इन सिच्युएशन कॉंक्रिट पाईल

B] परिस्थितीतील कॉंक्रीटचा ढीग नसलेला कास्ट

C] नॉन लोड बेअरिंग पाइल

D] लाकडाचा ढीग

169] तात्पुरती रचना म्हणजे काय, एखाद्या भागातून पाणी आणि माती काढून टाकणे आणि वाजवी कोरड्या स्थितीत बांधकाम कार्य करणे शक्य करणे, A] Cofferdam

B] Caisson

क] घाट पाया

D] पट्टी / पॅड पाया

170] वाजवी खोलीवर कोणताही मजबूत बेअरिंग स्तर अस्तित्वात नसल्यास आणि लोडिंग असमान असल्यास कोणता पाया योग्य आहे

अ] तराफा पाया

ब] लोखंडी जाळीचा पाया

C] एकत्रित पाया

ड] ढीग पाया

171] जर पाण्याचे टेबल GL च्या अगदी जवळ असेल आणि इतर प्रकारच्या फॉर्ममध्ये दोष असेल तर कोणता पाया योग्य आहे

अ] ढीग पाया

B] तराफा पाया

C] ग्रिलेज फाउंडेशन

D] उलटा कमान पाया

172] मोठ्या क्षैतिज / झुकलेल्या शक्तींचा प्रतिकार करण्यासाठी कोणते ढीग कोनात चालवले जातात / A] पिठाचा ढीग

ब] नांगराचा ढीग

क] उत्थानाचा ढीग

D] कॉम्पॅक्शन पाइल

173] फाउंडेशनचे नाव काय आहे

अ] भिंतीचा पाया

B] एकत्रित पाया

C] पट्टी किंवा पॅड पाया

ड] पट्टा पाया पाया

174] मचान A मध्ये क्षैतिज सदस्य भिंतीला समांतर असतात याला काय संज्ञा आहे
] पुटलॉग

ब] लेजर

C] ट्रान्सोम

D] गार्ड रेल

175] किनारा म्हणजे काय

shoring

अ] रेकिंग किनारा

ब] एकच उडणारा किनारा

C] दुहेरी उडणारा किनारा

D] मृत किंवा उभा किनारा

176] समांतर भिंतींमधील अंतर 9 मीटर ते 12 मीटर ए असलेला किनारा काय आहे] रेकिंग शोअर्स

ब] एकल उडणारे किनारे

C] दुहेरी उडणारा किनारा

D] मृत किंवा उभा किनारा

177] पेंटिंग, पॉइंटिंग, धुणे आणि देखभाल कामासाठी वापरले जाणारे मचान काय आहे?

अ] स्टील मचान

B] Trestle मचान

C] कॅन्टीलिव्हर मचान

ड] निलंबित मचान

178] कमानी आणि घुमट यांसारख्या कामासाठी सामान्यतः कोणता शब्द वापरला जातो

अ] साचे

ब] स्ट्रिपिंग

C] केंद्रीकरण

D] फॉर्म काम

179] मऊ जमिनीत सुमारे 10 मीटर खोलीच्या खंदकासाठी पायलिंग पद्धत काय आहे?

अ] पत्र्याचा ढीग

B] ब्रेसिंग रहा

क] बॉक्स शीटिंग

ड] उभा ढीग

180] x म्हणून चिन्हांकित केलेल्या भागाचे नाव काय आहे

अ] खातेवही

ब] मानक

C] पुटलॉग्स

ड] पायाची पाटी

181] x म्हणून चिन्हांकित केलेल्या भागाचे नाव काय आहे

अ] पुटलॉग

ब] मानक

क] कंस

डी] ट्रान्सम

182] सिंगल स्कॅफोल्डिंग A मध्ये (एका पंक्तीमध्ये) मानकांमधील अंतर किती आहे
] 2.0 मी

ब] १.७ मी

क] १.५ मी

डी] १.२ मी

183] x म्हणून चिन्हांकित केलेल्या भागाचे नाव काय आहे

अ] जॅक

ब] बेअरिंग प्लेट

C] घरकुल समर्थन

डी] सुई तुळई

184] x म्हणून चिन्हांकित केलेल्या भागाचे नाव काय आहे

अ] सुई तुळई
ब] घरकुल आधार
C] बेअरिंग प्लेट
डी] जॅक
185] x म्हणून चिन्हांकित केलेल्या भागाचे नाव काय आहे

अ] घरकुल आधार
ब] जॅक
क] सुई तुळई
D] बेअरिंग प्लेट
186] मोकळ्या मातीत लाकूडतोड करताना बॉक्स शीटिंग करताना खंदकाची खोली किती असते A] 4 मी
B] 5 मी
क] ५.५ मी
D] 6 मी
187] x म्हणून चिन्हांकित केलेल्या भागाचे नाव काय आहे

अ] पोलिंग बोर्ड
ब] भिंती
क] चादर

ड] स्ट्रट

188] x म्हणून चिन्हांकित केलेल्या भागाचे नाव काय आहे

अ] पत्रके

ब] स्ट्रट

C] भिंती

ड] पोलिंग बोर्ड

189] x म्हणून चिन्हांकित केलेल्या भागाचे नाव काय आहे

अ] तात्पुरते स्ट्रट्स

ब] पत्रके

C] मतदान फलक

ड] स्ट्रट

190] कमानीच्या मध्यभागी असलेल्या बोर्डांना आधार देणाऱ्या सदस्याचे नाव काय आहे A] टर्निंग पीस

ब] प्रॉप्स

क] बरगड्या

D] Laggings

191] x म्हणून चिन्हांकित केलेल्या भागाचे नाव काय आहे?

अ] बोर्ड

ब] प्रोप

क] वळणारा तुकडा

ड] कमान

192] x म्हणून चिन्हांकित केलेल्या भागाचे नाव काय आहे?

अ] मृत किनारा

ब] सुई

C] मजला आधार

ड] कंस

193] कोणता मचान योग्य आहे; जर बांधकाम वरच्या मजल्यांसाठी करावयाचे असेल तर अ] सिंगल मचान

ब] स्वतंत्र मचान

C] निलंबित मचान

ड] सुई मचान

194] मचान विशिष्ट प्रकारच्या कपलिंग आणि फ्रेम्समध्ये स्टीलसह तयार झाल्यास त्याला काय नाव द्यावे?

अ] पेटंट मचान

B] विटांचे थर मचान

C] स्वतंत्र मचान

D] कॅन्टीलिव्हर मचान

195] मचानचे नाव काय आहे

scaffold

अ] ब्रिकलेअर मचान

ब] कॅन्टीलिव्हर मचान

C] स्वतंत्र मचान

D] दुहेरी मचान

196] कोणता मचान योग्य आहे, जर स्टँडर्ड्स विश्रांतीसाठी योग्य कठोर जमीन उपलब्ध नसेल तर A] Cantilever scaffold

ब] स्वतंत्र मचान

C] ब्रिकलेअर मचान

ड] निलंबित मचान

197] x म्हणून चिन्हांकित केलेल्या भागाचे नाव काय आहे?

अ] लेजर

B] क्रॉस ब्रेस

C] मानके

D] कर्णरेषा

198] लाकूडकामात फ्रेमवर्कला कडकपणा देण्यासाठी वापरल्या जाणाऱ्या लाकडाच्या तुकड्याचे नाव काय आहे?

अ] स्ट्रट

ब] ब्रेसिंग

क] चादरी

ड] पोलिंग बोर्ड

199] मऊ जमिनीत लाकूडतोड करताना उभ्या चादरीची अंदाजे खोली किती असते?

अ] 10 मी

ब] 12 मी

क] 15 मी

डी] 17 मी

200] x म्हणून चिन्हांकित केलेल्या भागाचे नाव काय आहे

अ] पोलिंग बोर्ड

ब] भिंती

क] स्ट्रट

ड] चादर

201] x म्हणून चिन्हांकित केलेल्या भागाचे नाव काय आहे

अ] स्ट्रट

ब] भिंती

C] पोलिंग बोर्ड

ड] चादर

202] x म्हणून चिन्हांकित केलेल्या भागाचे नाव काय आहे

अ] चादर
ब] भिंती
क] स्ट्रट
ड] पोलिंग बोर्ड

203] मध्यभागी / फॉर्म वर्कमध्ये 6 मीटरच्या कालावधीसाठी बीम आणि कमानीसाठी प्रॉप्स काढण्यासाठी किमान कालावधी किती आहे?

A] 10 दिवस
B] 14 दिवस
C] 17 दिवस
D] 20 दिवस

204] x म्हणून चिन्हांकित केलेल्या भागाचे नाव काय आहे

अ] कंस
ब] स्ट्रट
क] बरगड्या
D] संबंध

205] x X म्हणून चिन्हांकित केलेल्या भागाचे नाव काय आहे?

अ] संबंध
B] केंद्र ब्लॉक
क] बरगड्या
ड] स्ट्रट

206] x म्हणून चिन्हांकित केलेल्या भागाचे नाव काय आहे

अ] स्ट्रट

B] ब्रेस

क] बरगड्या

ड] मागे पडणे

207] x म्हणून चिन्हांकित केलेल्या भागाचे नाव काय आहे

अ] लॅगिंग्ज

B] ब्रेस

क] स्ट्रट

ड] बरगड्या

208] x म्हणून चिन्हांकित केलेल्या भागाचे नाव काय आहे

अ] ब्रेस

B] Laggings

क] बरगड्या

ड] स्ट्रट

209] एकाच उडणाऱ्या किनाऱ्यासाठी जवळच्या दोन समांतर भिंतींमधील कमाल योग्य अंतर किती आहे?

अ] ५ मी

B] 9 मी

क] १५ मी

D] 18 मी

210] कोणता किनारा योग्य आहे, सध्याच्या पायावर अवलंबून राहण्यासाठी

अ] मृत किनारा

B] उडणारा किनारा (सिंगल)

C] उडणारा किनारा (दुहेरी)

D] रेकिंग किनारा

211] उंचीवर दर्शविलेल्या किनाऱ्याचे नाव काय आहे

अ] उडणारा किनारा (सिंगल)

B] उडणारा किनारा (दुहेरी)

C] मृत किनारा

ड] रॅकिंग किनारा

212] आकृतीचे नाव काय आहे

अ] रेकिंग शोर

B] उडणारा किनारा (सिंगल)

C] उडणारा किनारा (दुहेरी)

D] मृत किनारा

213] x म्हणून चिन्हांकित केलेल्या भागाचे नाव काय आहे

अ] फोल्डिंग वेजेस
ब] क्लीट
क] ताणलेला तुकडा
ड] सुई
214] x म्हणून चिन्हांकित केलेल्या भागाचे नाव काय आहे

अ] सोल प्लेट
ब] हुप लोखंड
क] रॅकर्स
D] वॉल प्लेट
215] विद्यमान फाउंडेशनची पुर्तता झाली असल्यास दुरुस्त कसे करावे
अ] लाकूडतोड करून
ब] पिनिंग अंतर्गत
C] सिंगल मचान
D] स्वतंत्र मचान
216] भिंतीचा खालचा भाग सदोष असल्यास कोणता किनारा योग्य आहे
अ] उडणारा किनारा (सिंगल)
B] उडणारा किनारा (दुहेरी)

C] मृत किनारा

D] रेकिंग किनारा

217] ओलसर प्रूफिंग पद्धतीचे नाव काय आहे?

damp-proofing-method

अ] तळघर उपचार

ब] बाह्य भिंतींवर उपचार

सी] उतार असलेल्या जमिनीवर उपचार

D] सपाट छतावर विस्तारीत सांधे उपचार

218] स्टंप, मुळे, लॉग आणि कचरा काढून टाकण्यासाठी दीमकांपासून इमारतीचे संरक्षण करण्यासाठी काय उपचार आहे?

अ] माती उपचार

ब] स्ट्रक्चरल उपचार

सी] बांधकामपूर्व उपचार

D] बांधकामानंतरचे उपचार

219] स्ट्रक्चरल सदस्य कोणता आहे जो अग्निरोधक सामग्रीसह बांधला गेला पाहिजे आणि इमारतीच्या उष्णतेपासून वेगळे केले पाहिजे

अ] भिंत उघडणे

B] मजले आणि छप्पर

C] भिंती आणि स्तंभ

D] इमारत आग सुटका घटक

220] x म्हणून चिन्हांकित केलेल्या भागाचे नाव काय आहे

अ] चुना काँक्रीट

B] DPC

क] ठिबक

D] RCC स्लॅब

221] x म्हणून चिन्हांकित केलेल्या भागाचे नाव काय आहे

अ] वीट जेली

ब] गरम बिटुमेन कोटिंग

क] चुना तोफ

D] मन पुसका

222] द्रुत सेटिंग अत्यंत लवचिक आणि उत्कृष्ट कामासाठी कोणती सामग्री वापरली जाते

अ] बेरियम प्लास्टर

ब] ध्वनिक मलम

C] जिप्सम प्लास्टर

D] ग्रॅनाइट सिलिकॉन प्लास्टर

223] खोली साउंडप्रूफ बनवण्यासाठी कोणते प्लास्टर मटेरियल वापरले जाते

अ] बुरियम ब] एस्बेस्टोस सिमेंट

क] ध्वनिक

D] ग्रॅनाइट सिलिकॉन

225] आग प्रतिरोधासाठी सामान्य भिंतीची जाडी किती आहे

अ] ४५

ब] ४०

क] ३०

डी] २०

226] चकचकीत पॅच म्हणून पाहिलेल्या पेंटिंगमध्ये कोणता दोष आहे

अ] फोड येणे

ब] चमकणे

क] सळसळणे

ड] लुप्त होणे

227] पेंटिंगमध्ये काय दोष आहे जो खराब चिकटपणामुळे लहान भाग सैल होतो अ] फ्लेकिंग

ब] चमकणे

क] फोड येणे

ड] सळसळणे

228] फरशी घालण्यापूर्वी पूर्ण समतल पृष्ठभागावर 5 लिटर इमल्शन/m2 या दराने उपचार केले जातात - टर्माइट विरोधी उपचार कोणत्या टप्प्यात आहेत.

अ] टप्पा १ १

ब] टप्पा २ २

क] टप्पा ३ ३

D] टप्पा ४ ४

229] पाण्याच्या बाष्पामुळे रंगवलेल्या पृष्ठभागावर बुडबुडे तयार होण्यात दोष काय आहे A] लुप्त होणे

ब] तजेला

क] फोड येणे

ड] चमकणे

230] x म्हणून लेबल केलेला भाग काय आहे

अ] मुकुट

ब] एक्स्ट्राडोज

क] वाउसोइर्स

D] कमानीचा बाह्य वक्र

231] चार केंद्र असलेल्या कमानीचे नाव काय आहे?

अ] लंबवर्तुळाकार

ब] व्हेनेशियन

C] विभागीय

D] समभुज टोकदार

232] इंट्राडोस आणि एक्स्ट्राड़ोसमधील लंब अंतरासाठी काय शब्द आहे

अ] के

ब] घाट

क] उदय

D] खोली

234] कमानीचे नाव काय आहे

arch

अ] ओगी कमान

ब] ट्यूडर कमान

C] टोकदार कमान

D] फ्लोरेंटाइन कमान

235] लाकडी जॉईस्ट किंवा सपाट कमानीवर बांधलेली कमान म्हणजे काय

अ] ढिले कमान

ब] टोकदार कमान

क] आराम देणारी कमान

D] घोड्याच्या बुटाची कमान

236] लिंटेल म्हणजे काय

lintel

अ] वीट लिंटेल
B] स्टील लिंटेल
क] दगड लिंटेल
D] प्रबलित सिमेंट काँक्रीट लिंटे
237] x म्हणून चिन्हांकित केलेल्या भागाचे नाव काय आहे

एक चावी
ब] वाउसोइर्स
C] एक्स्ट्राडोज
डी] सोफिट
238] x द x म्हणून चिन्हांकित केलेल्या भागाचे नाव काय आहे

अ] सोफिट
ब] इंट्राडोस
C] एक्स्ट्राडोज

ड] उदय

239] कोणत्या कमानीला लॅन्सेट कमानी असेही म्हणतात

अ] अर्ध लंबवर्तुळाकार कमानी

B] व्हेनेशियन लंबवर्तुळाकार कमानी

क] आराम देणारी कमानी

D] टोकदार कमानी

240] इमारती लाकूड लिंटेल बेअरिंगसाठी भिंतीवरील किमान श्रेणी किती आहे

A] 5 - 8 सेमी B] 8 - 13 सेमी

क] 15 - 20 सेमी

D] 25 - 30 सेमी

241] RCC Lintel मध्ये शेवटी स्टिरपचे केंद्र ते मध्य अंतर किती आहे

A] 10 सेमी

B] 15 सेमी

C] 18 सेमी

D] 22 सेमी

242] RCC लिंटेलमध्ये वापरल्या जाणाऱ्या CC चे प्रमाण काय आहे

अ] १]२]५

ब] १]२]४

क] १]३]६

ड] १]४]६

243] सदस्याचे नाव काय आहे, कमानीच्या मध्यभागी, कमानीच्या वक्रतेला आकाराची जाड लाकडी फळी असते आणि त्याला प्रॉप्सने आधार दिला जातो

अ] बरगड्या

B] Laggings C] टर्निंग पीस

ड] ब्रेस

244] ट्यूडर कमानीमध्ये किती केंद्रे आहेत

अ] ३

ब] ४

क] ५

डी] ६

245] फॉर्मवर्कमध्ये 6 मीटरच्या अंतरासाठी बीमचे प्रॉप्स काढण्यासाठी किमान कालावधी किती आहे?

अ] १५ दिवस

B] 17 दिवस

क] २१ दिवस

D] 25 दिवस

उत्तरे]

1]ब; 2]डी; ३]अ; 4]डी; 5]C; 6]C; 7]ब; 8]डी; 9]ब; 10]ब; 11]डी; 12]C; 13]ब; 14]डी; 15]ब; 16]अ; 17]C; 18]ब; 19]डी; 20]C; 21]ब; 22]डी; 23]C; 24]ब; 24a]D 25]D; 26]C; 27]ब; २८]अ; २८अ]क २९]अ; 30]C; ३१]ब; ३२]डी; ३३]C; 34]ब; 35]अ; 36]C; 37]ब; 38]डी; 39]ब; ४०]अ; ४१]डी; 42]ब; 43]ब; ४४]अ; ४५]C; ४६]अ; 47]ब; 48]डी; 49]डी; 49a]अ; 50]C; ५१]अ; 52]डी; 53]डी; ५४]C; ५५]ब; 56]अ; 57]ब; 58]C; ५९]अ; ६०]अ; ६१]अ; ६२]C; 63]C; ६४]ब; ६५]अ; 66]C; ६७]अ; 68]C; ६९]डी; 70]C; 71]अ; 72]ब; 73]अ; 73a]C; 74]ब; 75]ब; 76]अ; 77]अ; 78]डी; ७९]अ; 80]डी; 81]अ; 82]अ; 83]डी; 84]डी; 85]ब; 86]ब; 87]डी; 88]ब; ८९]अ; 90]ब; 91]ब; 92]ब; 93]अ; 94]C; 95]डी; 96]ब; 97]डी; 98]अ; 99]C; 100]डी; 101]ब; 102]C; 103]C; 104]ब; 105]अ; 106]डी; 107]C; 108]अ; 109]अ; 110]अ ; 111]C; 112]डी; 113]अ; 114]अ; 115]ब; 116]डी; 117]अ; 118]अ; 119]ब; 120]अ; 121]अ; 122]ब; 123]C; 124]डी; 125]ब; 126]अ; 127]C; 128]ब; 129]अ; 130]C; 131]अ; 132]C; 133]डी; 134]C; 135]डी; 136]ब; 137]अ; 138]ब; 139]डी; 140]डी; 141]अ; 142]C; 143]अ; 144]डी; 145]अ; 146]ब; 147]C; 148]C; 149]डी; 150]डी; 151]डी; १५२]अ; 153]C; 154]डी; १५५]अ; 156]ब; 156a]B; 157]डी; 158]डी; 159]C; 160]ब; 161]ब; 162]ब; 163]C; 164]अ; 165]डी; 166]ब; 167]डी; 168]ब; 169]अ; 170]डी; 171]अ; 172]अ; 173]C; 174]ब; 175]ब; 176]C; 177]डी; 178]C; 179]अ; 180]अ; 181]ब; 182]डी; 183]अ; 184]ब; 185]C; 186]अ; 187]C; 188]डी; 189]अ; 190]ब; 191]C; 192]ब; 193]डी; 194]अ; 195]ब; १९६]अ; 197]डी; 198]ब; १९९]अ; 200]अ; 201]ब; 202]C; 203]ब; 204]डी; 205]ब; 206]अ; 207]ब; 208]C; 209]ब; 210]अ; 211]C; 212]C; 213]अ; 214]अ; 215]ब; 216]C; 217]ब; 218]C; 219]डी; 220]ब; 221]ब; 222]डी; 223]C; 224]ब; 225]डी; 226]ब; 227]अ; 228]C; 229]C; 230]अ ; 231]ब; 232]C; 233]ब; २३४]ब; 235]C; 236]डी; २३७]अ; २३८]अ; 239]डी; 240]C; 241]C; 242]ब; 243]C; 244]ब; 245]C;

1] राष्ट्रीय आणि राज्य सीमा निश्चित करण्यासाठी काय काम केले जाते

अ] कंटूरिंग

ब] समतल करणे

C] टोपोग्राफिक मॅपिंग

ड] सर्वेक्षण

2] मेट्रिक साखळीतील एका दुव्याची लांबी किती आहे

A] 10 सेमी

B] 15 सेमी

C] 20 सेमी

D] 25 सेमी

3] जमिनीवर काम सुरू करण्याचे नाव काय आहे

अ] स्थान सर्वेक्षण

ब] प्राथमिक सर्वेक्षण

C] स्थलाकृतिक सर्वेक्षण

डी] अभियांत्रिकी सर्वेक्षण

4] सर्वेक्षणाचे तत्त्व काय आहे

अ] आडवा

ब] त्रिकोणी

C] संपूर्ण भागातून कार्य करा

डी] भाग ते संपूर्ण कार्य

5] साखळी सर्वेक्षणात संदर्भित पद्धत कोणती आहे

chain-
surveying

अ] आंतरविभाग पद्धत

ब] त्रिभुज पद्धत

C] त्रिकोणी पद्धत

D] ध्रुवीय समन्वय पद्धत

6] मेट्रिक साखळीची लांबी किती आहे

A] 5m आणि 20m

B] 10 मी आणि 15 मी

क] 15 मी आणि 20 मी

डी] 20 मी आणि 30 मी

7] साखळी सर्वेक्षण 100 A मध्ये ऑफसेट घेण्यासाठी 100 फूट लांबीची साखळी साधारणपणे वापरली जाते] गुंटरची साखळी

ब] महसूल साखळी

C] मेट्रिक साखळी

D] अभियंता साखळी

8] उपकरणाचे नाव काय आहे

अ] स्टील रॉड

ब] लाकडी खुंटी

C] ऑफ सेट रॉड

D] रेंजिंग रॉड

9] सर्व बिंदूवर गुरुत्वाकर्षणाच्या दिशेला सामान्य असलेली पृष्ठभाग कोणती?

अ] समतल करणे

B] क्षैतिज पृष्ठभाग

C] क्षैतिज रेषा

D] पातळी पृष्ठभाग

10] सपाट पृष्ठभागावर असलेली रेषा कोणती आहे आणि सर्व बिंदूवर प्लंब लाईनसाठी सामान्य आहे A] स्तर रेषा

ब] उभी रेषा

C] डेटा लाइन

D] क्षैतिज रेषा

11] IS नुसार 20m साखळीतील त्रुटीची मर्यादा किती आहे

A] ± 3 मिमी

B] ± 5 मिमी

C] ± 6 मिमी

D] ± 8 मिमी

12] साखळी सारख्या उपकरणाच्या सदोष समायोजनामुळे उद्भवणाऱ्या त्रुटीला काय म्हणतात

अ] नैसर्गिक त्रुटी

ब] वैयक्तिक चूक

C] कृत्रिम त्रुटी

डी] इंस्ट्रुमेंटल एरर

13] IS 30m नुसार 30m साखळीसाठी त्रुटीची मर्यादा किती आहे

A] ± 2 मिमी

B] ± 4 मिमी

C] ± 6 मिमी

D] ± 8 मिमी

14] कोणत्या प्रकारची टेप सामान्यतः ऑफसेट मोजण्यासाठी वापरली जाते

अ] लिनेन टेप

B] स्टील टेप

C] इनवार टेप

D] धातूचा टेप

15] तापमानातील फरकामुळे उद्भवणारी त्रुटी काय आहे

A] नैसर्गिक त्रुटी B] वैयक्तिक त्रुटी

C] इंस्ट्रुमेंटल एरर

डी] कृत्रिम त्रुटी

16] पायात उपलब्ध असलेल्या धातूच्या टेपची लांबी किती आहे

A] 15 फूट आणि 30 फूट 15 30

B] 30 फूट आणि 45 फूट 30 45

क] ४५ फूट आणि ६० फूट ४५ ६०

D] 50 फूट आणि 100 फूट 50 100

17] साखळीपासून वस्तूपर्यंतचे पार्श्व पृष्ठभागाचे अंतर काय आहे

अ] बंद सेट

ब] लांब बंद सेट

C] शॉर्ट ऑफ सेट

D] तिरकस बंद सेट

18] वस्तूपासून साखळी रेषेपर्यंत काटकोनात मोजले जाणारे अंतर म्हणजे काय?

अ] शॉर्ट ऑफ सेट

ब] लांब बंद सेट

C] तिरकस बंद सेट

D] लंबवत बंद संच

19] ऑब्जेक्टच्या साखळी रेषेपर्यंत काटकोनाशिवाय इतर कोणत्या ऑफसेटचे मोजमाप केले जाते

अ] शॉर्ट ऑफ सेट

ब] लांब बंद सेट

C] तिरकस बंद सेट

D] लंबवत बंद संच

20] सर्व बिंदूवर प्लंब लाइनसाठी सामान्य शब्द कोणता आहे

A] पातळी पृष्ठभाग B] डेटा पृष्ठभाग

C] क्षैतिज पृष्ठभाग

D] अनुलंब पृष्ठभाग

21] विविध सरकारी विभाग, PWD आणि इतर अभियांत्रिकी संस्थांनी GTS बेंच मार्क्समध्ये स्थापित केलेले चिन्ह काय आहे,

अ] बिंदू बदला

B] अनियंत्रित बेंच मार्क

C] कायम बेंच मार्क

D] तात्पुरता बेंच मार्क

22] कमी कालावधीसाठी स्थापित केलेला बेंच मार्क काय आहे आणि या बेंच मार्क्सवरून काम पुन्हा सुरू केले पाहिजे

A] GTS बेंच मार्क GTS

B] अनियंत्रित बेंच मार्क

C] कायम बेंच मार्क

D] तात्पुरता बेंच मार्क

23] साखळीची लांबी प्रमाणित लांबीपेक्षा वाढलेली आढळल्यास साखळी कशी समायोजित केली जाते

अ] काही अंगठ्या काढून

ब] दुव्यांचा वाकलेला भाग सरळ करून

C] हँडलवरील दुवे समायोजित करून

डी] आवश्यकतेनुसार नवीन रिंग टाकून

24] मीटरमध्ये मेटॅलिक टेप उपलब्ध असल्यास लांबी किती आहे

A] 5m आणि 10m

B] 10 मी आणि 15 मी

क] 15 मी आणि 20 मी

D] 15 मी आणि 30 मी

25] जे होकायंत्र सर्वेक्षणात स्थान आकर्षण आहे

अ] स्टील स्ट्रक्चर

B] इमारत C] झाडे

ड] टेकड्या

26] चुंबकीय सुईची दिशा नेहमी कोणती असते

अ] पूर्व

ब] पश्चिम

क] दक्षिण

D] उत्तर

27] वाद्याचे नाव काय आहे

अ] पेंटाग्राफ

B] प्लॅनिमीटर

C] टॅक्नो मीटर

D] स्पीडो मीटर

28] तयार केलेल्या पदवी प्रणालीनुसार कंपासचा प्रकार काय आहे

compass

अ] चुंबकीय होकायंत्र

ब] कुंड कंपास

C] प्रिझमॅटिक कंपास

D] सर्वेक्षकाचा होकायंत्र

29] कंपासमध्ये ट्रॅव्हर्स सर्व्हे प्लॉट करण्यासाठी कोणती पद्धत वापरली जाते

अ] समाविष्ट कोन पद्धतीद्वारे

B] पेपर प्रोट्रॅक्टर पद्धतीने

C] आयत समन्वय पद्धतीने

डी] ग्राफिकल समायोजन पद्धतीद्वारे

30] कंपास बाह्य प्रभावाने प्रभावित झाल्यास त्रुटी काय आहे

अ] पिव्होट वाकलेला आहे

ब] स्थानिक आकर्षण

क] चुकीचे समतलीकरण

D] उभे केस जाड असणे

31] कंपासची चुंबकीय सुई सरळ नसल्यास त्रुटी काय आहे

अ] इंस्ट्रुमेंटल एरर

B] हाताळणी त्रुटी

सी] पाहण्यात त्रुटी

डी] बाह्य प्रभाव

32] कंपास सर्वेक्षणाचे प्लॉटिंग करण्यासाठी कोणती पद्धत अधिक अचूक आहे

अ] समांतर मेरिडियन पद्धत

B] समाविष्ट कोन पद्धत

C] पेपर प्रोट्रॅक्टर पद्धत

D] आयताकृती समन्वय पद्धत

33] पुढील आणि मागील बेअरिंग लाइनमध्ये आढळलेल्या विशिष्ट ठिकाणी स्थानिक आकर्षणामुळे कोणता कोन भिन्न आहे.

अ] ४५°

B] 90°

C] 180°

D] 270°

34] जर रेषेचे चुंबकीय बेअरिंग N 37° W असेल आणि चुंबकीय घट 2°E असेल तर खरे बेअरिंग काय आहे,

A] N 35° W

B] S 35° E

C] N 39° W

D] S 39° N

35] पृथ्वीच्या भूकंपांसारख्या चुंबकीय वादळांमुळे घटतेचे फरक काय आहे आणि फरकाचे प्रमाण 1° किंवा 2° देखील असू शकते

अ] धर्मनिरपेक्ष भिन्नता

ब] वार्षिक फरक

C] अनियमित भिन्नता

D] नियमित बदल

36] फरक काय आहे, चुंबकीय मेर्डियनमध्ये एका दिशेला लोलक सारखा झोकात दीर्घकाळ फिरतो आणि हळूहळू विश्रांती घेतो आणि नंतर विरुद्ध दिशेला झोकतो अ] धर्मनिरपेक्ष भिन्नता

ब] वार्षिक फरक

C] अनियमित भिन्नता

ड] दैनंदिन फरक

37] ग्रॅज्युएशनसह होकायंत्र म्हणजे काय दक्षिणेला 0° आणि उत्तरेला 180° असे चिन्हांकित केले आहे.

अ] कुंड कंपास

B] चुंबकीय होकायंत्र

C] सर्वेयर होकायंत्र

D] प्रिझमॅटिक कंपास

38] उत्तर आणि दक्षिण ध्रुवावरून पृथ्वीभोवती फिरणारे काल्पनिक वर्तुळ कोणती दिशा दर्शवते?

अ] खरा मेरिडियन

B] अनियंत्रित मेरिडियन

C] चुंबकीय मेरिडियन

D] खात्रीशीर मेरिडियन

39] उत्तर आणि दक्षिणेला 0° आणि पूर्व आणि पश्चिमेला 90° असे ग्रॅज्युएशन चिन्हांकित केलेले कंपास म्हणजे काय?

अ] कुंड कंपास

B] चुंबकीय होकायंत्र

C] सर्वेक्षकाचा होकायंत्र

D] प्रिझमॅटिक कंपास

40] पंचकोनाच्या अंतर्गत कोनाची बेरीज किती आहे

A] 260°

B] ३६०°

C] 440°

D] ५४०°

41] AB = 63° 30 AB = 63° 30 असल्यास AB चे बॅक बेअरिंग म्हणजे काय?

A] 243° 30’

B] 116° 30‘

C] 242° 30’

D] 115° 30‘

42] चुंबकीय घट म्हणजे काय, जर
दुपारच्या वेळी सूर्याचा चुंबकीय भार 354° असतो

magnetic-
declination

A] 5° W

B] 5° E

C] 6° E

D] 6° प

43b] फोर बेअरिंग असल्यास AB चे बॅक बेअरिंग काय आहे
AB = N 32° 30’ E AB AB = N 32° 30
‘ई एबी

A] N 32° 30’ W

B] S 32° 30‘ W

C] N 32° 30’ S

D] S 32° 30‘ E

D] ६७° ००’

43e] जर रेषेचे चुंबकीय बेअरिंग N 37° W असेल आणि चुंबकीय घट 2°E असेल तर खरे बेअरिंग काय आहे?

A] N 35° W

B] S 35° E

C] N 39° W

D] S 39° N

44] वाद्याचे नाव काय आहे

A] क्लिनोमीटर

ब] अबनी पातळी

क] डम्पी पातळी

D] दुर्बिणीसंबंधीचा ॲलिडेड

45] समस्या सोडवण्यासाठी ड्रॉईंग शीटवर ट्रेसिंग पेपर वापरल्या जाणाऱ्या पद्धतीचे नाव काय आहे?

अ] बेसलची पद्धत

B] मार्गक्रमण पद्धत

C] चाचणी आणि त्रुटी पद्धत

D] ट्रेसिंग पेपर पद्धत

46] सूर्यापासून संरक्षणाची आवश्यकता नसलेल्या पातळीचे नाव काय आहे A] ऑटो लेव्हल

B] झुकण्याची पातळी

क] डम्पी पातळी

D] Wye (y) पातळी

47] टेबल आणि ट्रायपॉडचे फिटिंग सैल असल्याच्या त्रुटीचे नाव काय आहे A] हाताळणीच्या त्रुटी

B] दृष्टीक्षेपात चुका

C] वाद्ययंत्रातील त्रुटी

D] प्लॉटिंगच्या चुका

48] तुम्ही प्लेन टेबल बोर्डची चाचणी कशी कराल की बोर्डची वरची पृष्ठभाग परिपूर्ण असावी

A] सर्व दिशांना सरळ कडा तपासतो

B] स्टेशनवर प्लेन टेबल सेट करा आणि समतल करा

C] बबल मध्यवर्ती स्थिती नसल्यास, बोर्डच्या खालच्या बाजूस पॅकिंग करून त्रुटी,

D] भरून धार दुरुस्त करा आणि पुन्हा चाचणी करा

49] रस्त्याच्या धातूच्या पुलाचा रंग काय आहे

अ] जळलेला सिएना

ब] जळलेले लाकूड

C] क्रिमसन लेक

D] प्रशिया निळा

50] ट्रेसिंगच्या क्रमासह शाई (शाई) च्या सहाय्याने रेखाचित्र ट्रेस करण्यासाठी शब्दाचे नाव काय आहे?

अ] ट्रेसिंगचे तंत्र

ब] पुनरुत्पादनाची पद्धत

C] ट्रेसिंगचा क्रम

डी] ट्रेसिंग कपड्यात ट्रेस केले पाहिजे

51] या सर्वेक्षण पद्धतीत इतर प्रकारच्या सर्वेक्षणापेक्षा कमी खर्चिक असलेल्या पदाचे नाव काय आहे?

A] विमान सारणी सर्वेक्षणाचा एक फायदा

ब] विमान सारणी सर्वेक्षणाचा एक तोटा

क] दाट लाकडाच्या भागात सर्वेक्षण करता येते

D] उत्तम कौशल्य आवश्यक आहे

52] ज्या सर्वेक्षणात शेतात काम आणि प्लॉटिंग एकाच वेळी केले जाते त्या सर्वेक्षणाचे नाव काय आहे?

अ] साखळी सर्वेक्षण

B] कंपास सर्वेक्षण

क] अभियांत्रिकी सर्वेक्षण

D] विमान सारणी सर्वेक्षण

53] सर्वेक्षणाची पद्धत काय आहे

अ] रेडिएशन

ब] विच्छेदन

क] मार्गक्रमण

ड] छेदनबिंदू

54] सर्वेक्षणाची पद्धत काय आहे

अ] रेडिएशन

ब] विच्छेदन

क] मार्गक्रमण

ड] छेदनबिंदू

55] ग्राउंड बिंदूंना जोडून तयार होणाऱ्या त्रिकोणाला काय म्हणतात

अ] मोठा त्रिकोण

B] स्केलीन त्रिकोण

C] समद्विभुज त्रिकोण

D] समभुज त्रिकोण

56] पद्धतीचे नाव काय आहे

अ] दोन-बिंदू समस्या

ब] तीन-बिंदू समस्या

C] ट्रेसिंग पेपर पद्धत

D] ग्राफिकल पद्धत

57] त्रिकोणाद्वारे निश्चित केलेल्या स्थानकांमधील विविध तपशील भरण्यासाठी कोणते सर्वेक्षण सर्वात योग्य आहे

अ] समतल करणे

B] साखळी सर्वेक्षण

C] विमान सारणी सर्वेक्षण

D] कंपास सर्वेक्षण

58] सर्वेक्षणाची पद्धत काय आहे

अ] रेडिएशन

ब] विच्छेदन

क] मार्गक्रमण

ड] छेदणारा

59] विमान सारणी सर्वेक्षणात वापरल्या जाणार्‍या पद्धतीचे नाव काय आहे जसे की होकायंत्र सर्वेक्षण किंवा थियोडोलाइट

अ] रेडिएशन

ब] विच्छेदन

क] मार्गक्रमण

D] छेदनबिंदू

60] प्लॅनवर विशिष्ट दिशा दर्शविणारी रेषा जमिनीवरच्या दिशेला समांतर राहण्यासाठी काही निश्चित दिशेने समतल टेबल ठेवण्याच्या प्रक्रियेला काय म्हणतात?

अ] विमान टेबल मध्यभागी

B] विमान सारणी ओरिएंटिंग

C] पाठीमागील दृष्टीक्षेपाने ओरिएंटिंग

D] चुंबकीय सुईने ओरिएंटिंग

61] कंपाऊंड भिंतींचा रंग काय आहे

अ] एच - हिरवा -

ब] इंडिगो

क] जळलेला सिएना

D] जळलेला निळा

62] रोड मॅप तयार करण्यासाठी प्लेन टेबल कोणत्या ठिकाणी सेट केले आहे

अ] रस्त्याचा मध्यभाग

B] रस्त्याची डावी बाजू

C] रस्त्याची उजवी बाजू

D] रस्त्याच्या कोणत्याही एका बाजूने

63] कलरिंग बिल्डिंग बेंचमार्क काय आहे

अ] जळलेला सिएना

ब] जळलेले लाकूड

C] किरमिजी तलाव

D] प्रशिया निळा

64] तीन ज्ञात ऑब्जेक्ट पॉइंट्स असलेली पद्धत काय आहे आणि ड्रॉईंग शीटवर त्याचे प्लॉट केलेले स्थान समस्या सोडवण्यासाठी घेतले जाते

अ] लेहमनचे नियम

B] यांत्रिक पद्धत

C] मार्गक्रमण पद्धत

D] चाचणी आणि त्रुटी पद्धत

65] समस्येचे नाव काय आहे

अ] दोन बिंदू समस्या

ब] तीन बिंदू समस्या

C] बेसलची पद्धत

D] चाचणी आणि त्रुटी पद्धत

66] पद्धतीचे नाव काय आहे

अ] बेसलची पद्धत

ब] दोन बिंदू समस्या

C] यांत्रिक पद्धत

D] चाचणी आणि त्रुटी पद्धत

67] तीनपैकी कोणत्याही दोन ज्ञात वस्तूंच्या बिंदूंसह पद्धत काय आहे आणि ड्रॉईंग शीटवर त्याचे प्लॉट केलेले स्थान समस्या सोडवण्यासाठी घेतले जातात

अ] लेहमनचे नियम
ब] बेसलची पद्धत
C] मार्गक्रमण पद्धत
D] चाचणी आणि त्रुटी पद्धत
68] विमान सारणी सर्वेक्षणाची कोणती पद्धत आकृती दर्शवते

plane-table-survey

अ] विच्छेदन
B] मार्गक्रमण
C] रेडिएशन
ड] छेदनबिंदू
69] सेल्फ अलाइनिंग लेव्हल म्हणून नेमलेल्या लेव्हलचे नाव काय आहे
अ] झुकण्याची पातळी
ब] स्वयं पातळी
क] डम्पी पातळी
D] Wye (Y) पातळी
70] लेव्हलिंग यंत्राचे नाव काय आहे?

अ] डम्पी पातळी

B] Wye (Y) पातळी

C] झुकण्याची पातळी

डी] स्वयं पातळी

71] लेव्हलिंग यंत्राचे नाव काय आहे?

अ] डम्पी पातळी

B] Wye (y) पातळी C] टिल्टिंग पातळी

डी] स्वयं पातळी

72] कोणता स्तंभ वापरला आहे, लेव्हल बुक पानावरील पहिली नोंद

अ] दूरदृष्टी

ब] मागची दृष्टी

क] मध्यवर्ती दृष्टी

D] यंत्राची उंची

73] सर्वेक्षणाची कोणती शाखा उभ्या समतल मोजमापांशी संबंधित आहे

अ] साखळी बांधणे

ब] समतल करणे

क] कंपासिंग

ड] प्लेन टेबलिंग

74] कोणती रेषा सर्व बिंदूंवर प्लंब लाईनसाठी सामान्य आहे

अ] स्तर रेषा

B] अनुलंब रेषा C] वक्र रेषा

D] क्षैतिज रेषा

75] कमी कालावधीसाठी कोणता बेंच मार्क स्थापित केला जातो जसे की एका दिवसाच्या कामाच्या शेवटी अ] अनियंत्रित बेंच मार्क

B] तात्पुरता बेंच मार्क

C] कायम बेंच मार्क D] GTS बेंच मार्क

76] सूर्यापासून संरक्षणाची आवश्यकता नसलेल्या पातळीचे नाव काय आहे A] शीर्षक पातळी

ब] स्वयं पातळी

क] डम्पी पातळी

D] Wye (y) पातळी

77] दृष्टी लांब असताना वापरल्या जाणाऱ्या कर्मचाऱ्यांचे नाव काय आहे आणि उपकरणाद्वारे वाचन पाहिले जाते

अ] ठोस कर्मचारी

ब] इन्वार कर्मचारी

C] लक्ष्य कर्मचारी

D] दुर्बिणीसंबंधी कर्मचारी

78] 3m लांबीच्या कर्मचाऱ्यांचे नाव काय आहे आणि तंतोतंत लेव्हलिंगसाठी वापरल्या जाणाऱ्या मिमीमध्ये ग्रॅज्युएट केलेला बँड फिट केला आहे

अ] ठोस कर्मचारी

ब] इनवार कर्मचारी

C] फोल्डिंग स्टाफ

D] टेलिस्कोपिक कर्मचारी

79] लेव्हलिंग कर्मचाऱ्यांमध्ये सर्वात लहान पदवीधर विभाग कोणता आहे

अ] ०.५ मी

ब] ०.०५ मी

C] 0.005 मी

D] 0.0005 मी

80] आकृती काय वर्णन करते

अ] कर्मचारी वाचणे

ब] कर्मचारी धरून

C] पातळी समायोजित करणे

डी] इन्स्ट्रुमेंटची पातळी वाढवणे

81] 90° 90 ° पेक्षा जास्त डाव्या हाताची हालचाल दर्शविणारा संदेश काय आहे

अ] हातावर परत या

ब] स्थिती स्थापित करा

C] माझ्या उजवीकडे हलवा

D] माझ्या डावीकडे हलवा

82] दोन बिंदूंमधील पातळीतील फरक बिंदूच्या मध्यभागी लेव्हलिंग इन्स्ट्रुमेंट सेट करून निर्धारित केल्यास प्रक्रिया काय आहे?

अ] साधे स्तरीकरण

ब] प्रोफाइल समतल करणे

C] विभेदक स्तरीकरण

डी] परस्पर समतलीकरण

83] कोणत्या प्रकारची कोलिमेशन त्रुटी दूर केली जाते

अ] डम्पी पातळी

B] Wye (y) पातळी

C] कूकची उलट करता येणारी पातळी

D] कुशिंगची पातळी

84] जमिनीच्या पृष्ठभागावरील स्थिर उंचीच्या काल्पनिक रेषेचे नाव काय आहे A] आराम

B] समोच्च रेषा

C] कंटूरिंग लाइन

D] समोच्च अंतराल

85] लहान आणि कमी लहरी क्षेत्रासाठी समोच्च कोणती पद्धत योग्य आहे

अ] चौरस पद्धतीने

B] क्रॉस सेक्शन पद्धतीने

C] टॅकोमेट्री पद्धतीने

D] समतलीकरण पद्धतीद्वारे

86] डोंगराळ भागात कंटूरिंगसाठी कोणती समोच्च पद्धत योग्य आहे

अ] चौरस पद्धतीने

B] क्रॉस सेक्शन पद्धतीने

C] टॅकोमेट्री पद्धतीने

D] समतलीकरण पद्धतीद्वारे

87] RF म्हणजे काय इमारत साइटचे रेखाचित्र टोपोग्राफिक नकाशा म्हणून निवडा

अ] १/१००

ब] 1/1000

क] १/५०००

ड] 1/10000

88] योजना किंवा नकाशावर कोणते मोजमाप प्लॉट केले जाते

अ] रेखीय मापन

B] कोनीय मापन

क] अनुलंब मापन

D] रेखीय आणि टोकदार मापन

89] समोच्च योजनेत कोणती परिमाणे काढली जातात

अ] अनुलंब परिमाण

B] क्षैतिज परिमाण

C] कलते परिमाण

D] समांतर परिमाण

90] थेट समतलीकरण कशाला म्हणतात

अ] प्लेन टेबल सपाटीकरण

B] त्रिकोणमितीय स्तरीकरण

C] परस्पर समतलीकरण

डी] साधे समतलीकरण

91] BS 3.560m आणि FS 2.860m असल्यास A आणि B पातळीमध्ये काय फरक असेल?

अ] १.७०० मी

ब] 1.600 मी

क] १.५०० मी

डी] ०.७०० मी

92] अंकगणितात कोलिमेशन पद्धतीची उंची तपासण्यासाठी कोणते सूत्र वापरले जाते

A] BS - FS = शेवटचा RL - पहिला RL

B] BS + FS = शेवटचा RL - पहिला RL

C] BS - FS = शेवटचा RL - पहिला RL

D] BS - FS = उदय - पंखा = शेवटचा RL - पहिला RL

93] RL 100.00 आणि A मधून घेतलेल्या BS सह आकृतीमध्ये दर्शविलेल्या संयोगाची उंची 2.850 मीटर आहे

height-of-collimation

अ] १००.५२०

ब] 100.850

C] 102.850

ड] १०३.०००

94] प्रामुख्याने थियोडोलाइट वापरण्याचा उद्देश काय आहे

A] फक्त उभ्या कोन मोजण्यासाठी

B] फक्त कलते कोन मोजण्यासाठी

C] फक्त क्षैतिज कोन मोजण्यासाठी

D] क्षैतिज अनुलंब कोन मोजण्यासाठी

95] दुर्बिणीसह कोणते साधन त्याच्या क्षैतिज अक्षाभोवती उभ्या समतलातून 180° मधून फिरू शकते?

अ] स्वयं पातळी

ब] डम्पी पातळी

C] पारगमन थियोडोलाइट

D] नॉन-ट्रान्झिट थियोडोलाइट

96] X म्हणून चिन्हांकित केलेल्या भागाचे नाव काय आहे?

अ] त्रिवेट
ब] डोळ्याचा तुकडा
C] दुर्बिणी
D] ट्रायपॉड डोके
97] X म्हणून चिन्हांकित केलेल्या भागाचे नाव काय आहे?

अ] लेव्हल ट्यूब
ब] धातूचे केस
C] बबल ट्यूब अक्ष
D] दुर्बिणीच्या अक्षाचा वरचा भाग
98] घटकाचे नाव काय आहे

अ] दुर्बिण
ब] डम्पी पातळी
C] Wye(Y) पातळी
D] कूकची पातळी
99] थिओडोलाइटमधील सर्वात लहान मोजता येण्याजोग्या युनिटला काय म्हणतात
अ] दुहेरी दृष्टी
ब] कमीत कमी संख्या
क] स्विंग

ड] कंटूरिंग

100] रेषा लांबवण्याची पद्धत काय आहे?

prolonging-line

अ] पहिल्या पद्धतीने रेषा लांबवणे

ब] दुसऱ्या पद्धतीने रेषा लांबवणे

सी] तिसऱ्या पद्धतीने रेषा लांबवणे

D] चौथ्या पद्धतीने रेषा लांबवणे

101] एका स्टेशन पॉईंटवरून क्षैतिज कोन अचूकपणे मोजण्याची पद्धत कोणती आहे?

अ] पुनरावृत्ती पद्धत

ब] रेसिपीटेशन पद्धत

C] रेडियल पद्धत D] ऑफ सेट पद्धत

102] कोन घड्याळाच्या दिशेने मोजला जाणारा विक्षेपण कोन काय आहे

अ] डावा विक्षेपण कोन

B] उजवा विक्षेपण कोन

C] अनुलंब विक्षेपण कोन

D] क्षैतिज विक्षेपण कोन

103] थिओडोलाइटचे नाव काय आहे त्याच्या एका दुर्बिणीने त्याच्या क्षैतिज अक्षाभोवती उभ्या समतलातून 180° मधून फिरता येत नाही

अ] स्वयं स्तर

ब] डम्पी पातळी

C] पारगमन थियोडोलाइट

D] गैर - ट्रान्झिट थियोडोलाइट

104] थिओडोलाइटचा उभ्या अक्ष एका चिन्हावर किंवा स्थानक बिंदूवर ताबडतोब आणण्याच्या प्रक्रियेला तांत्रिक संज्ञा काय आहे?

अ] कँटरिंग

B] मार्गक्रमण

C] गैर - मार्गक्रमण

डी] संयोग

105] दुर्बिणीला क्षैतिज समतलात त्याच्या उभ्या अक्षावर फिरवण्याची संज्ञा काय आहे] कँटरिंग

ब] क्रांती

क] स्विंग

D] दर्शन

106] स्पिंडल्सच्या विक्षिप्तपणामुळे कोणत्या पद्धतीच्या चुका व्हर्नियर ऑफ थिओडोलाइट दोन्ही वाचून काढून टाकल्या जातात

अ] सामान्य पद्धत

ब] पुनरावृत्ती पद्धत

क] पठण पद्धत

D] कंपाऊंड पद्धत

107] ट्रॅव्हर्सिंगचे नाव काय आहे जे बंद किंवा खुल्या सर्वेक्षणाच्या सर्वेक्षण लाइन चालविण्यासाठी वापरले जाते?

अ] साखळी सर्वेक्षण

B] कंपास सर्वेक्षण

C] थियोडोलाइट सर्वेक्षण

D] विमान टेबल सर्वेक्षण

108] साधने जुळवून न घेतल्यास सरळ रेषा लांबवण्याची पद्धत कोणती आहे ज्यामुळे संचयी चुका होतात

अ] पहिल्या पद्धतीने रेषा लांबवणे

ब] दुसऱ्या पद्धतीने रेषा लांबवणे

सी] तिसऱ्या पद्धतीने रेषा लांबवणे

D] चौथ्या पद्धतीने रेषा लांबवणे

109] इन्स्ट्रुमेंटसाठी कोणती पद्धत वापरली जाते ती चुकीच्या ॲडजस्टमेंटसह संशयित आहे आणि त्रुटी दुप्पट किंवा दुर्बिणीला उलट केली जाते

अ] पहिल्या पद्धतीने रेषा लांबवणे

B] 2ऱ्या पद्धतीने रेषा लांबवणे

C] 3र्या पद्धतीने रेषा लांबवणे

D] चौथ्या पद्धतीने रेषा लांबवणे

110] उभ्या अक्ष स्थानक A वर नेमके ठेवण्यासाठी काय समायोजन केले जाते] सेटअप

ब] केंद्रीकरण

C] पातळी वाढवणे

D] लक्ष केंद्रित करणे

111] मध्यवर्ती बिंदू स्थापित करण्यासाठी साधन अयोग्य समायोजन करताना कोणती पद्धत अवलंबली जाते

अ] मागची दृष्टी

B] समोरची दृष्टी

क] एकच दृष्टी

ड] दुहेरी दृष्टी

112] जर उभ्या अक्ष खरोखर उभ्या असतील तर प्लेट बबल केंद्र चालवण्यासाठी थियोडोलाइटमध्ये कोणती चाचणी घेतली जाते?

अ] मणक्याची चाचणी

ब] प्लेट पातळी

C] संकलित चाचणी

D] बबल ट्यूब समायोजन

113] दिशा निश्चित करण्यासाठी साधन वापरले जाते ते ट्रॅव्हर्सिंग म्हणजे काय

अ] साखळी मार्गक्रमण

B] कंपास मार्गक्रमण

C] थिओडोलाइट ट्रॅव्हर्सिंग

D] विमान टेबल ट्रॅव्हर्सिंग

114] ओपन ट्रॅव्हर्सचा मुख्य तोटा काय आहे

अ] कोनांच्या बेरजेवर कोणतीही तपासणी नाही

B] रेखीय आणि कोनीय माप दोन्ही तपासा

C] ट्रॅव्हर्स एकाच बिंदूवर संपुष्टात येतात

D] गणितीयदृष्ट्या बंद आणि भूमितीयदृष्ट्या

115] समतोल ट्रॅव्हर्स केल्यानंतर केलेल्या सर्वेक्षणाला काय म्हणतात

अ] ऑफसेट सर्वेक्षण

B] रेडियल सर्वेक्षण

C] ट्रॅव्हर्स सर्व्हेचे प्लॉटिंग

D] Bowditch s पद्धत

115a] थिओडोलाइट उपकरणाची सर्वात कमी संख्या किती आहे

A] 20‘ 20"

B] 20’ 10"

C] 0‘ 20"

D] 20’ 5"

115b] व्हर्नियर थेडोलाइटचा एक मुख्य स्केल विभाग कोणता आहे

A] 15‘ - 0"

B] 20’ - 0"

क] 22‘ - 0"

D] 25’ - 0"

116] लाकडाच्या भिंतींना लाकडाच्या भिंतींवर लाकूड आणि बोर्ड खिळे ठोकणे याला काय म्हणतात?

अ] सूट देणे

ब] स्टडिंग

क] मिटरिंग

ड] खोबणी

117] उभ्या वाहिन्यांमधील अंतराची कमाल श्रेणी किती आहे

vertical-channels

A] 60 - 80 मिमी

B] 80 - 100 मिमी

C] 100 - 120 मिमी

D] 120 - 140 मिमी

118] खिडकीच्या रुंदीसाठी अंगठ्याचा नियम काय आहे

A] 1/5 (खोलीची रुंदी + खोलीची उंची)

B] 1/8 (खोलीची रुंदी + खोलीची उंची)

C] 1/10 (खोलीची रुंदी + खोलीची उंची)

D] 1/12 (खोलीची रुंदी + खोलीची उंची)

119] "12 WT 12" 12 WT 12 मधील विंडो शटरचा आकार किती आहे?

A] 1200 x 600 मिमी

B] 560 x 1100 मिमी

C] 1100 x 460 मिमी

D] 560 x 1200 मिमी

120] कोणत्या प्रकारच्या खिडक्या धातूचे वजन ओढून नियंत्रित केल्या जातात

A] दुहेरी हँग पिव्होटेड विंडो

B] केसमेंट विंडो

C] बे विंडो

D] क्लेर मजली खिडकी

121] दरवाजा/खिडकीच्या वरच्या बाजूला व्हेंटिलेटर काय पुरवले जाते?

अ] फॅनलाइट

B] आकाशाचा प्रकाश

C] डोर्मर विंडो

D] कोपरा खिडकी

122] उतार असलेल्या छतावर कोणती खिडकी दिली जाते

अ] टेबल विंडो

ब] कंदील खिडकी

C] डोर्मर विंडो

D] क्लेरेस्टरी विंडो

123] लाकडाच्या एका तुकड्याची धार त्याच्या दाण्यांवरील चर कापून दुसऱ्या तुकड्यात बुडविण्याची प्रक्रिया काय आहे?

अ] गृहनिर्माण

ब] मोल्डिंग

क] प्लॅनिंग

ड] चेंफरिंग

124] सुतारकामाच्या जोडीला काय म्हणतात

carpentry-joint

अ] जुळलेले आणि मणी जोडलेले
B] जुळलेले आणि V जोडलेले संयुक्त
C] डोवेल्ड संयुक्त
D] नांगरलेला आणि जिभेचा सांधा
125] संयुक्ताचे नाव काय आहे

अ] लॅप्ड जोड
ब] मासे जोडणे
क] स्कार्फेड संयुक्त
D] टेबल संयुक्त
126] सुतारकामाच्या जोड्यांचे नाव काय आहे

अ] बट संयुक्त
ब] स्प्लेड संयुक्त
क] सवलत संयुक्त
D] मासे जोडणे
127] सुतारकामाच्या जोडणीला काय म्हणतात

अ] रिबेट केलेले आणि फिलेटेड संयुक्त
ब] सवलत संयुक्त
क] रिबेटेड जीभ आणि खोबणी संयुक्त
D] जीभ आणि खोबणीचा सांधा
128] सुतारकामाच्या जोडणीला काय म्हणतात

अ] खांद्याचा सांधा
ब] गृहस्थ संयुक्त
C] Mitred rebated संयुक्त
ड] डोवेटेल्ड हाऊस्ड संयुक्त
129] सुतारकामाच्या जोडणीला काय म्हणतात

अ] कोन अर्धा जोडलेला
ब] टी-अर्धा संयुक्त -
क] डोव्हटेल अर्धवट जोड
डी] बेवेल अर्धवट सांधे
130] सुतारकामाच्या जोडणीला काय म्हणतात

अ] तिरकस - टेनॉन संयुक्त -
ब] पक्ष्यांच्या तोंडाचा सांधा
क] गृहस्थ संयुक्त
D] Mitred आणि Rebated संयुक्त
131] X म्हणून चिन्हांकित केलेल्या भागाचे नाव काय आहे?

अ] तळाची रेल्वे
B] वरची रेल्वे
C] लॉक रेल
D] फ्रेम
132] X म्हणून चिन्हांकित केलेल्या भागाचे नाव काय आहे?

अ] घट्ट धरा
ब] शिंग
C] फ्रेम
D] शैली

133] ज्याचा उपयोग फ्रेम A च्या उभ्या सदस्यासह दरवाजा किंवा खिडकी उपविभाजित करण्यासाठी केला जातो] Mullion

B] ट्रान्सम

क] शैली

D] लॉक रेल

134] शटर प्राप्त करण्यासाठी दरवाजाच्या चौकटीत उदासीनता / विश्रांती म्हणजे काय

अ] मुलियन

B] ट्रान्सम

क] सवलत

ड] सिल

135] दरवाजाची रुंदी आणि दरवाजाची H उंची यांचा काय संबंध आहे

A] H = (रुंदी + 1.5 मी) H = (+ 1.5)

B] H = (रुंदी + 1.35 मी) H = (+ 1.35)

C] H = (रुंदी + 1.2 मी) H = (+ 1.2)

D] H = (रुंदी + 1.1 मी) H = (+ 1.1)

136] X म्हणून चिन्हांकित केलेल्या भागाचे नाव काय आहे?

अ] ओठ

ब] बॅटन कोर

C] क्रॉस बँड

ड] पॅनेल

137] बिजागराचे नाव काय आहे

hinge

अ] काउंटर फ्लॅप बिजागर

ब] बट बिजागर

C] मागचा फडफड बिजागर

D] गार्नेट फडफड बिजागर

138] "6 WS 12" "6 WS 12" या पदनामासाठी उघडण्याचा आकार काय आहे

A] 600 x 1200

B] १२०० x १०००

क] १२०० x १२००

डी] 1000 x 1000

139] मुख्य छताच्या वरच्या बाजूला कोणती खिडकी दिली आहे

अ] पॅनेल असलेली खिडकी

B] केसमेंट विंडो

C] क्लेर मजली खिडकी

D] टेबल विंडो

140] रस्ता सुरक्षा चिन्ह काय आहे

अ] अनिवार्य चिन्ह

B] सावधगिरीचे चिन्ह

C] माहितीपूर्ण चिन्ह

डी] निषेध चिन्ह

141] साधनाचे नाव काय आहे

A] वायर स्ट्रिपर
ब] क्रिमिंग टूल
C] संयोजन पक्कड
D] कर्ण कटिंग पिअर
142] विद्युत प्रतिरोधकतेचे एकक काय आहे
अ] व्होल्ट
ब] ओम
C] वॅट
D] अँपिअर
143] विद्युत प्रवाह मोजण्यासाठी कोणते उपकरण वापरले जाते
A] Ammeter
ब] व्होल्टमीटर
C] वॅटमीटर
D] ओम मीटर
144] तांब्याच्या अणूच्या तिसऱ्या शेलमध्ये किती इलेक्ट्रॉन असतात
अ] ८
ब] १३
क] १८ ड] २९
145] जे विजेचे वाहक आहे
अ] मीका
ब] तांबे
क] हवा
ड] काच
146] जे तात्पुरते वायरिंग आहे
अ] केसिंग आणि कॅपिंग वायरिंग
B] CTS/TRS वायरिंग C] क्लीट वायरिंग
D] लीड शीथ केलेले वायरिंग
147] आकृतीचे नाव काय आहे

अ] लेआउट आकृती

ब] स्थापना आकृती

C] सर्किट डायग्राम

D] वायरिंग आकृती

148] विजेच्या प्रमाणासाठी एकक काय आहे

अ] म्हो

ब] कोलंब

C] व्होल्ट/सेकंद

D] अँपिअर/सेकंद

149] पीडितेचा रक्तस्त्राव थांबवण्यासाठी प्रथमोपचार काय करावे

अ] मलम लावणे

ब] जखमी भाग वरच्या दिशेने ठेवा

C] जखमेचा भाग ड्रेसिंगने झाकणे

D] जखमी भागावर दबाव टाकणे

150] मृत्यूच्या जोखमीसह डोक्याला दुखापत झालेल्या बळीसाठी सुवर्ण तास काय आहे

अ] पहिली १५ मिनिटे

ब] पहिली ३० मिनिटे

C] पहिली ४५ मिनिटे

D] पहिली ६० मिनिटे

151] पीडितेच्या कोणत्या अवस्थेला COMA अवस्था म्हणून संबोधले जाते

अ] बेशुद्ध परंतु कॉलला प्रतिसाद देऊ शकतो

B] बेशुद्ध आहे परंतु कॉलला प्रतिसाद देऊ शकत नाही

C] श्वास घेत आहे परंतु कॉलला प्रतिसाद देऊ शकत नाही

ड] पूर्णपणे मूर्खपणाने खोटे बोलणे आणि कॉलला प्रतिसाद देऊ नका

152] साधनाचा उपयोग काय आहे

अ] गरम पदार्थ धरून ठेवणे

ब] कॉलिंग आणि वळणावळणाच्या तारा

क] लाकडापासून खिळे काढणे

ड] बोंडे आणि नट्स सैल करणे आणि घट्ट करणे

153] इलेक्ट्रिकल सर्किटमध्ये स्विच करण्याचा उद्देश काय आहे

A] रेटेड पुरवठा व्होल्टेजचे नियमन करा

B] लोडद्वारे विद्युत् प्रवाहाचे प्रमाण नियंत्रित करते

C] विद्युत प्रवाह सुरू करा (किंवा) थांबवा

D] विद्युतप्रवाह वाहण्यासाठी मार्ग प्रदान करा

154] AC पुरवठा AC A तपासण्यासाठी वापरल्या जाणाऱ्या निऑन पोलरिटी इंडिकेटरचे संकेत काय आहेत] दोन्ही इलेक्ट्रोड चमकतील

B] फक्त एक इलेक्ट्रोड चमकेल

C] दोन्ही इलेक्ट्रोड चकचकीत असतील

D] एक इलेक्ट्रोड चमकेल आणि दुसरा चकचकीत होईल

155] नवीन वायरिंग इन्स्टॉलेशनची चाचणी घेण्यासाठी कोणते इन्स्ड्रुमेंट वापरले जाते

अ] मल्टीमीटर

ब] ओममीटर

C] व्होल्टमीटर

डी] मेगर

156] सिलिंग फॅनमध्ये विद्युत प्रवाहाचा काय परिणाम होतो

अ] गरम प्रभाव

B] रासायनिक प्रभाव

C] चुंबकीय प्रभाव

डी] गॅस आयनीकरण प्रभाव

157] IE नियमांनुसार लाईट आणि फॅन सब सर्किटसाठी जास्तीत जास्त परवानगीयोग्य लोड किती आहे?

A] 800 वॅट

B] 1500 वॅट

C] 2000 वॅट

डी] 3000 वॅट

158] डायरेक्ट करंट (DC) ची ध्रुवीयता कोणती आहे

A] फेज (L) आणि तटस्थ (N)

B] फेज (L) आणि ऋणात्मक (-ve)

C] सकारात्मक (+ve) आणि तटस्थ (N)

D] सकारात्मक (+ve) आणि ऋण (-ve)

158a] एखाद्या व्यक्तीला विजेचा शॉक लागल्यास त्वरित काय कारवाई करावी

अ] तुमच्या अधिकाऱ्याला कळवा

ब] वैद्यकीय उपचारांसाठी डॉक्टरांना बोलवा

क] खऱ्या पीडितेला वाचवण्यासाठी मदतीसाठी इतर व्यक्तींना बोलवा

D] वीज पुरवठा 'बंद' करा

159] मजल्याचे नाव काय आहे

floor

अ] संगमरवरी मजला

ब] मुरम मजला

C] मोझॅक मजला

D] ठोस तळमजला

160] सिंगल जॉईस्ट टिंबर फ्लोर A मध्ये हेरिंगबोन स्ट्रटिंगच्या तरतुदीसाठी किती कालावधी आहे] 1.0

ब] १.५ मी

क] २.० मी

डी] २.४ मी

161] सिंगल जॉईस्ट लाकडाच्या मजल्यासाठी कमाल स्पॅन किती आहे
अ] २.५ मी
ब] ३.० मी
क] ३.६ मी
डी] ४.० मी
162] X म्हणून चिन्हांकित केलेल्या भागाचे नाव काय आहे?

अ] छतावरील जोड
ब] वॉल प्लेट
C] सामान्य राफ्टर
D] हेरिंग हाड स्ट्रटिंग
163] इमारती लाकूड फ्रेम मजला मध्ये इंटरमीडिएट आधार काय आहे
अ] जोड
B] बाईंडर
C] सामान्य राफ्टर
ड] स्ट्रटिंग
164] X म्हणून चिन्हांकित केलेल्या भागाचे नाव काय आहे?

अ] स्ट्रटिंग
ब] फरिंग तुकडा
C] हवेची जागा
D] बाईंडर
165] जॅक फ्लोअरमधील उदय श्रेणी काय आहे
A] 25 ते 30 सें.मी
B] 20 ते 25 सें.मी
C] 10 ते 20 सेमी D] 30 ते 35 सेमी
166] कोणत्या मजल्यावर सिमेंट-शेण-शेणाचा पातळ आवरण लावला जातो --
अ] मुरुम मजला
B] लिनोलियम मजला

क] मातीचा मजला

D] डांबरी मजला

167] जो बांधकाम साहित्यासह विघटित खडकाचा एक प्रकार आहे

अ] ध्वजस्तंभ

ब] मुरुम

C] मोज़ेक

ड] ग्रॅनोलिथिक

168] ध्वजस्तंभ घालताना सिमेंट मोर्टारचे गुणोत्तर किती आहे

अ] १]२

ब] १]३

क] १] ४

ड] १]५

169] कोणता मजला लवचिक आणि ध्वनीरोधक आहे

अ] डांबरी मजला

B] सिमेंट काँक्रीटचा मजला

C] रबर मजला

डी] पीव्हीसी मजला

170] x म्हणून चिन्हांकित केलेल्या भागाचे नाव काय आहे

अ] वॉल प्लेट

ब] ब्रिजिंग जॉइस्ट

C] सामान्य राफ्टर

D] मजल्यावरील बोर्ड

171] सामान्य लोडिंग स्थितीसाठी RCC वरच्या मजल्यावर कोणत्या मजबुतीकरण प्रणालीला प्राधान्य दिले जाते

अ] एक मार्ग

B] 4 मार्ग

C] 2 मार्ग

D] एकत्रित २ आणि ४ मार्ग

172] कोणता मजला देखावा प्रभावित न करता प्लंबिंग आणि विद्युत प्रतिष्ठापन करण्यासाठी सोयीस्कर आहे

अ] बरगडी मजला

B] RCC मजला

क] इमारती लाकूड मजला

D] जॅक कमान मजला

173] बांधकामादरम्यान कोणत्या मजल्यावर फॉर्म वर्क आवश्यक नसते

अ] प्रीकास्ट कॉंक्रीट मजला

B] दुहेरी बाहेरील बाजूचा दगडी मजला

क] जॅक कमान मजला

D] फिलर जॉईस्ट मजला

174] x म्हणून चिन्हांकित केलेल्या लेयरचे नाव काय आहे?

अ] कॉम्पॅक्टेड पृथ्वी भरणे

ब] वाळू भरणे

स्वच्छ

D] सिमेंट कॉंक्रीट

175] विटांच्या मजल्यासाठी साध्या सिमेंट कॉंक्रीटची जाडी किती आहे

plain-cement-
concrete-laid

A] 5 - 7.5 सेमी

B] 10 - 15 सेमी

C] 16 - 20 सेमी

D] 21 - 25 सेमी

176] सिमेंट कॉंक्रीटच्या मजल्यामध्ये वापरल्या जाणाऱ्या लीन सिमेंट कॉंक्रीटचे प्रमाण किती आहे?

अ] १] १] २

ब] १] १½] ३

क] १]२]४

ड] १]३]६

177] चकचकीत पृष्ठभाग A मिळविण्यासाठी पॉलिशिंगचा अंतिम आवरण म्हणून कोणत्या मजल्यावरील मेणाचा वापर केला जातो.

ब] टेराझो मजला

C] ध्वजाचा दगड मजला

D] ग्रॅनोलिथिक मजला

178] कोणता मजला कॉंक्रीटचा आधार असलेला आणि 5 ते 8 सेमी जाड चुना-सुरखी मोर्टारने पसरलेला आहे

अ] टेराझो मजला

B] ग्रॅनोलिथिक मजला

C] मोझॅक मजला

ड] ध्वजस्तंभ

179] दुग्धशाळा आणि हॉस्पिटल सारख्या जड पोशाखांच्या अधीन असलेल्या पृष्ठभागासाठी कोणता मजला वापरला जातो A] ग्रॅनोलिथिक मजला

B] डांबरी मजला

C] टेराझो मजला

D] सिमेंट कॉंक्रीटचा मजला

180] मजल्यावरील फरशा बसविण्यासाठी वापरल्या जाणाऱ्या सिमेंट मोर्टारचे गुणोत्तर काय आहे

अ] १] २

ब] १] १

क] १] ३

ड] १] ४

181] कोणता मजला सिमेंट कॉंक्रीटने बांधला जातो 1]1]3 आणि एकत्रित वापरलेले चुनखडी, क्वाट्र्ज गाळ आणि गिट्टी

अ] मोझॅक

B] ग्रॅनोलिथिक ग्रॅनोलिथिक C] संगमरवरी

D] सिमेंट कॉंक्रीट

182] x म्हणून चिन्हांकित केलेल्या भागाचे नाव काय आहे

अ] बाफिल बाफिल
ब] पडदा भिंत
C] मुख्य भिंत
D] झोपण्याची भिंत
183] कोणती उभी वाहतूक मोठ्या संख्येने लोकांसाठी योग्य आहे
A] पायऱ्या B] उतार
C] एस्केलेटर
D] लिफ्ट
184] पायऱ्यांसाठी कोनाची श्रेणी किती आहे
A] 40° ते 45° 40° 45°
ब] ४५° ते ६०° ४५° ६०° से] २५° ते ३०° २५° ३०°
D] 30° ते 40° 30° 40°
185] x म्हणून चिन्हांकित केलेल्या भागाचे नाव काय आहे

अ] जात आहे
ब] बलस्टर
C] रेलिंग
D] नवीन पोस्ट
186] एका पायरीच्या योजनेत कापलेले एक टोक किंवा दोन्ही टोके म्हणजे काय
अ] कमोड
ब] खेळला
C] वळू नाक
D] नृत्याची पायरी
187] x म्हणून चिन्हांकित केलेल्या भागाचे नाव काय आहे

अ] रुळणे
ब] जात आहे
क] नाकिंग
D] स्कॉशिया
188] x म्हणून चिन्हांकित केलेल्या भागाचे नाव काय आहे

अ] रुळणे
ब] रिझर
क] स्ट्रिंगर
D] जात आहे
189] जिन्यामध्ये रेलिंग आणि बॅलस्टरची एकत्रित फ्रेमवर्क काय आहे?
अ] बॅरिस्टर ब] जिना
क] लँडिंग
D] स्ट्रिंगर
190] योजनेतील आयताकृती आकाराची सामान्य पायरी म्हणजे काय
अ] फ्लायर
ब] जात आहे
क] रुळणे
D] रिझर
191] पायऱ्यांसह कोणत्या प्रकारच्या पायऱ्या एका बिंदूपासून वरच्या मजल्यापर्यंत विकिरणित केल्या जातात A] भूमितीय पायऱ्या
ब] हेलिकल जिना
C] अर्धी वळणाची जिना
D] तीन चतुर्थांश वळणाचा जिना
192] एका काटकोनातून वळणारी जिना म्हणजे काय

अ] क्वार्टर टर्न जिना

ब] अर्धी वळणाची जिना

C] तीन चतुर्थांश जिने

D] भूमितीय जिना

193] इमारतीवर दोन फ्लाइटमध्ये फांद्या असलेला जिना म्हणजे काय

अ] भौमितिक जिना

ब] दुभाजक जिना

क] कुत्र्याच्या पायांची पायरी

डी] ओपन न्यूवेल जिना

194] जिना काय आहे जर तिची उड्डाणे विरुद्ध दिशेने धावत असतील आणि उड्डाणांमध्ये जागा नसेल तर,

अ] ओपन नेवेल जिना

B] भौमितिक जिना

C] तीन-चतुर्थांश वळण जिना -

ड] कुत्र्याने बांधलेली जिना

195] जिन्याचे नाव काय आहे

stair

अ] भौमितिक जिना

ब] अर्धी वळणाची जिना
C] वर्तुळाकार जिना
D] क्वार्टर टर्न जिना
196] जिन्याचे नाव काय आहे

अ] तीन चतुर्थांश वळणाची जिना
ब] अर्धी वळणाची जिना
C] क्वार्टर टर्न जिना
D] दुभंगलेली जिना
197] जिन्याचे नाव काय आहे

अ] वर्तुळाकार जिना
ब] दुभाजक जिना
C] भौमितिक जिना
ड] कुत्र्याने बांधलेली जिना
198] एस्केलेटरचा कल काय आहे
अ] ४५°
B] 40°
C] 35°
D] 30°
199] दगडी पायरीचे नाव काय आहे

अ] कॅन्टीलिव्हर पायरी
ब] स्पॅन्ड्रिल पायरी
C] अंगभूत पायरी
डी] ट्रेड आणि राइजर पायरी
200] दगडी पायरीचे नाव काय आहे

अ] आयताकृती पायरी
ब] स्पॅन्ड्रिल पायरी
C] कँटिलीव्हर पायरी
D] कॅन्टीलिव्हर ट्रेड आणि राइजर स्टेप
201] पायऱ्याची किमान रुंदी किती असते
A] 70 सेमी
B] 80 सेमी
C] 90 सेमी
D] 100 सेमी
202] दोन उड्डाणे दरम्यान एक ओपनिंग असलेल्या पायऱ्या उड्डाण काय आहे
अ] अर्धी वळणाची जिना
B] भौमितिक जिना
सी] ओपन न्यूवेल जिना
D] तीन चतुर्थांश वळणाचा जिना
203] लाकडी पायऱ्यांमध्ये वापरल्या जाणाऱ्या स्ट्रिंगरची किमान जाडी किती असते?
A] 30 ते 50 मिमी
B] 50 ते 70 मिमी
C] 70 ते 80 मिमी

D] 80 ते 90 मिमी

.

204] पायऱ्यावरील राइजरची उंची किती आहे

A] एकूण उंचीच्या मजल्याचा राइजर

B] (राइझरची संख्या - 1)

C] (राइझरची संख्या - 2)

D] राइजरची संख्या - 3

205] एका उड्डाणासाठी मजल्याची उंची 15 सेमी आहे असे गृहीत धरल्यास मजल्याची उंची 3.0 मीटर असल्यास किती पायऱ्यांची आवश्यकता आहे?

अ] २१

ब] २०

क] १९

डी] १८

206] जर मजल्याची उंची 3.8 मीटर असेल आणि दुहेरी उड्डाणासाठी 14 सेमी वाढ असेल तर ट्रेडची संख्या किती असेल?

अ] २३

ब] २४

क] २५

डी] २६

ड्राफ्ट्समन सिव्हिल - सेमिस्टर 2 मॉड्यूल 10] छप्पर आणि छप्पर घालणे

207] कोणता राफ्टर सपोर्ट इव्हसपासून रिजपर्यंत पसरतो

अ] व्हॅली राफ्टर

ब] रिज राफ्टर

C] सामान्य राफ्टर

D] तत्व राफ्टर

208] दोन उतारांच्या जंक्शनवर दिलेला राफ्टर म्हणजे काय

अ] जॅक राफ्टर

ब] सामान्य राफ्टर

C] हिप राफ्टर

D] तत्व राफ्टर

209] छताचा किनारा इव्ह आणि रिज दरम्यान चालत आहे

अ] कडा

ब] क्लीट

C] साचा

D] पुरलिन

210] X म्हणून चिन्हांकित केलेल्या भागाचे नाव काय आहे?

अ] नितंब

ब] फॅसिआ बोर्ड

क] ओरी

डी] सोफिट

211] X म्हणून चिन्हांकित केलेल्या भागाचे नाव काय आहे?

अ] डोर्मर

ब] फॅशिया

C] स्टेप्ड फ्लॅशिंग

डी] सोफिट

212] X म्हणून चिन्हांकित केलेल्या भागाचे नाव काय आहे?

अ] नितंब

ब] दरी

क] रिज

D] वॉल प्लेट

213] ज्याला छताचा कल असे म्हणतात
अ] ओरी
ब] खेळपट्टी
क] नितंब
ड] गॅबल
214] छताची थीम काय आहे

अ] हिप छप्पर
ब] गॅबल छप्पर
क] गॅम्ब्रेल छप्पर
ड] मॅनसार्ड छप्पर
215] X म्हणून चिन्हांकित केलेल्या भागाचे नाव काय आहे?

अ] कॉर्बेल
ब] कॉर्व्हिस
C] अवरोधित करणारा दगड
D] वॉल प्लेट
216] कॉलर बीम छतासाठी किफायतशीर स्पॅन काय आहे
अ] ५.५ मी
ब] ५.० मी
क] ४.७ मी
डी] ४.३ मी
217] X म्हणून चिन्हांकित केलेल्या भागाचे नाव काय आहे?

अ] क्लीट
ब] बॅटन्स
C] पुरलिन
डी] सामान्य रॅटफर
218] X म्हणून चिन्हांकित केलेल्या भागाचे नाव काय आहे?

अ] राजा पद
ब] स्ट्रट
C] पुरलिन
D] मुख्य राफ्टर
219] किंग पोस्ट ट्रससाठी किफायतशीर स्पॅन रेंज काय आहे
अ] ५ ते ८ मी
B] 3 ते 4.5 मी
C] 9 ते 10 मी
D] 11 ते 12 मी
220] X म्हणून चिन्हांकित केलेल्या भागाचे नाव काय आहे?

अ] स्ट्रेनिंग बीम
ब] टाय रॉड
क] कॉलर
ड] स्ट्रट
221] X म्हणून चिन्हांकित केलेल्या भागाचे नाव काय आहे?

अ] व्हॅली बीम
ब] किनारी तुळई
क] टाय बीम
D] मध्यवर्ती तुळई
222] छताचे नाव काय आहे

roof

अ] बॅरल व्हॉल्ट शेल छप्पर

B] बोस्ट्रिंग स्टीलचे छप्पर

C] स्टील फ्रेम घुमट

D] बेलफास्ट छत

223] छताचे नाव काय आहे

अ] छाटलेले छत

B] बेलफास्ट छत

C] उत्तरेकडील प्रकाश छत

D] बोस्ट्रिंग स्टीलचे छप्पर

224] मद्रास टेरेसच्या छतामध्ये वापरल्या जाणाऱ्या विटांचा आकार किती आहे

A] 10 x 60 x 20 सेमी

B] 12 x 65 x 20 सेमी

C] 18 x 80 x 25 सेमी

D] 15 x 75 x 25 सेमी

226] कोणत्या सपाट छतावर टाय रॉड दिलेला आहे

A] RCC मजला

ब] बंगाल टेरेस

C] मद्रास टेरेस

D] जॅक कमान मजला

227] मद्रास टेरेस छतावर साधारणपणे किती दिवस कॉंक्रीट सेट करण्याची शिफारस केली जाते A] 2

ब] ३

क] ४

डी] ५

228] बंगाल टेरेस छतामध्ये पृष्ठभागाचा उतार किती आहे

A] 5 ते 7 सेमी

B] 8 ते 10 सेमी

C] 13 ते 15 सेमी

D] 18 ते 20 सें.मी

229] ब्रिक बॅट कॉंक्रिटची जाडी साधारणपणे मद्रास टेरेस छतासाठी स्वीकारली जाते A] 125 मिमी

B] 100 मिमी

C] 75 मिमी

D] 60 मिमी

230] विटांच्या कॉंक्रीटच्या छतावरील जॉईस्टचे मध्यभागी ते मध्यभागी अंतर किती आहे --

A] 30 सेमी

B] 45 सेमी

C] 60 सेमी

D] 75 सेमी

231] X म्हणून चिन्हांकित केलेल्या भागाचे नाव काय आहे?

अ] कॉलर

ब] टाय बीम

क] स्ट्रेनिंग बीम

ड] गाळण्याची चौकट

232] छताचे नाव काय आहे

अ] मॅनसार्ड छप्पर

ब] डेक छप्पर

क] गॅम्ब्रेल छप्पर

D] गॅबल छप्पर

233] छताचे नाव काय आहे

अ] मॅनसार्ड छप्पर
ब] गॅम्ब्रेल छप्पर
क] हिप केलेले छप्पर
ड] गॅबल्ड छप्पर

234] X म्हणून चिन्हांकित केलेल्या भागाचे नाव काय आहे?

अ] कॉलर
ब] पुरलिन
क] टाय बीम
D] वॉल प्लेट

235] कोणत्या ट्रसमध्ये लाकडी सदस्य आणि स्टील किंवा लोखंडी सदस्य असतात

अ] छाटलेला ट्रस
B] संमिश्र ट्रस
क] कंपाऊंड ट्रस
D] राजा आणि राणी पोस्ट ट्रस

236] कोणत्या ट्रसमध्ये त्याच्या वरच्या जीवा वक्र असलेल्या पातळ लाकडाचा भाग असतो

अ] छाटलेला ट्रस
ब] बो स्ट्रिंग ट्रस
C] बेल फास्ट ट्रस
D] मॅनसार्ड छतावरील ट्रस

237] छतावरील ट्रसचे नाव सांगा

roof-truss

अ] उत्तर प्रकाश छतावरील ट्रस
ब] साधा फिंक ट्रस
क] कंपाऊंड फिंक ट्रस
ड] हाऊस स्टील ट्रस
238] सपाट छताला जास्तीत जास्त उतार किती आहे
A] 5°
B] 6°
C] 8°
D] 10°
239] गोलाकार विटांवर दिलेले छत कोणते उपयुक्त आहे
A] बॅरल व्हॉल्ट शेल छप्पर B] स्टील फ्रेम घुमट
C] बेलफास्ट छत
ड] बोस्ट्रिंग छप्पर
240] X म्हणून चिन्हांकित केलेल्या भागाचे नाव काय आहे?

अ] चुना काँक्रीट भरणे
B] सिमेंट काँक्रीट भरणे
C] वाळू भरणे
ड] पृथ्वी भरणे
241] आरसीसी सपाट छतावर सहसा किती उतार असतो

A] 15 मध्ये 1

B] 20 मध्ये 1

C] 60 मध्ये 1

ड] 130 मध्ये 1

242] बंगाल टेरेसच्या छतावरील बॅटन्सचे मध्यभागी अंतर किती आहे

A] 15 सेमी B] 20 सेमी.

C] 25 सेमी

D] 30 सेमी

243] बंगाल टेरेसच्या छतावरील राफ्टर्सचे मध्यभागी ते मध्यभागी अंतर किती आहे?

A] 20 सेमी

B] 30 सेमी

C] 40 सेमी

D] 50 सेमी

उत्तरे]

1]डी; 2]C; ३]अ; 4]C; 5]डी; 6]डी; 7]डी; 8]C; 9]डी; 10]अ; 11]ब; 12]डी; 13]डी; 14]डी; 15]अ; 16]डी; 17]अ; 18]डी; 19]C; 20]ब; 21]C; 22]डी; 23]अ; 24]डी; २५]अ; 26]डी; 27]ब; 28]C; 29]अ; ३०]ब; ३१]C; ३२]डी; ३३]C; ३४]अ; 35]C; 36]अ; 37]डी; 38]अ; 39]C; 40]डी; ४१]अ; ४२]C; 43]C; 43a]B; 43b]B; 43c]C; 43d]अ; 43e]अ; 44]डी; ४५]डी; ४६]अ; 47]C; 48]अ; ४९]अ; ५०]अ; ५१]अ; 52]डी; ५३]ब; ५४]C; ५५]अ; 56]अ; 57]C; 58]डी; ५९]C; ६०]ब; ६१]ब; 62]डी; 63]C; ६४]ब; ६५]ब; ६६]डी; ६७]ब; 68]C; ६९]ब; ७०]अ; 71]डी; 72]ब; 73]ब; 74]डी; 75]ब; 76]ब; 77]डी; 78]ब; 79]C; 80]ब; ८१]C; 82]अ; 83]C; 84]ब; ८५]अ; 86]C; 87]ब; 88]डी; ८९]ब; 90]ब; 91]डी; 92]अ; 93]C; 94]C; 95]C; 96]ब; 97]C; 98]अ; 99]ब; 100]C; 101]अ; 102]ब; 103]डी; 104]अ; 105]C; 106]अ; 107]C; 108]अ; 109]C; 110]ब; 111]डी; 112]ब; 113]ब; 114]अ; 115]C; 115a]C; 115b]B; 116]ब; 117]C; 118]ब; 119]ब; 120]अ; 121]अ; 122]C; 123]अ; 124]ब; 125]अ; 126]ब; 127]C; 128]डी; 129]ब; 130]अ; 131]C; 132]अ; 133]अ; 134]C; 135]C; 136]ब; 137]डी; 138]अ; 139]C; 140]अ; 141]C; 142]ब; 143]अ; 144]C; 145]ब; 146]C; 147]अ; 148]ब; 149]डी; 150]ब; 151]डी; 152]C; 153]C; १५४]अ; 155]डी; 156]C; 157]अ; 158]डी; 158a]D; 159]डी; 160]डी; 161]C; 162]डी; 163]ब; 164]ब; 165]C; 166]C; 167]ब; 168]ब; 169]C; 170]अ; 171]C; 172]अ; 173]अ; 174]डी; 175]ब; 176]डी; 177]ब; 178]C; 179]ब; 180]ब; 181]ब; 182]डी; 183]ब; 184]डी; 185]डी; 186]ब; 187]डी; 188]C; 189]अ; 190]अ; 191]ब; १९२]अ; 193]ब; 194]डी; 195]ब; १९६]अ; 197]C; 198]डी; 199]डी; 200]ब; 201]ब; 202]C; 203]अ; 204]अ; 205]C; 206]अ; 207]C; 208]C; 209]अ;

210]ब; 211]C; 212]C; 213]ब; 214]ब; 215]अ; 216]ब; 217]ब; 218]डी; 219]अ; 220]ब; 221]अ; 222]C; 223]C; 224]डी; 225]डी; 226]डी; 227]ब; 228]C; 229]C; 230]अ; २३१]अ; 232]ब; २३३]अ; २३४]अ; २३५]ब; 236]C; २३७]अ; 238]डी; २३९]अ; 240]अ; 241]C; २४२]अ; 243]ब;

www.ingramcontent.com/pod-product-compliance
Ingram Content Group UK Ltd.
Pitfield, Milton Keynes, MK11 3LW, UK
UKHW021913190726
13853UKWH00002B/657

9 798888 697313